ಆರಾಧ್ಯ

(ಪ್ರೀತಿ ಇಂದ ಪ್ರೀತಿಯಲ್ಲಿ ಪ್ರೀತಿಗಾಗಿ ನನ್ನ ಕವಿತೆಗಳು)

ನಿತೀಶ್ ಪಿ.ಡಿ

Made with ♥ on the Notion Press Platform
www.notionpress.com

ನನ್ನ ಈ ಪುಸ್ತಕ ಹಾಗೂ ಎಲ್ಲಾ ಕವಿತೆಗಳು
ನನ್ನ ಪ್ರಿಯ ಓದುಗರಿಗೆ ಮತ್ತು ಕವಿತೆ ಮೆಚ್ಚುವ ಪ್ರತಿ ಹೃದಯಗಳಿಗೆ ,
ಭಾವನೆಗಳ ಅರಿತ ಪ್ರತಿ ಮನಗಳಿಗೆ,
ಸಮರ್ಪಣೆ.

ಪರಿವಿಡಿಗಳು

ಮುನ್ನುಡಿ

ಸೃಷ್ಟಿಯ ಪ್ರತಿ ಜೀವಿಯಲ್ಲಿ ಮೂಡುವ ಅದ್ಭುತ ಭಾವನೆ ಪ್ರೀತಿ, ಆ ಪ್ರೀತಿಯ
ಸುಂದರ ಭವನಗಳು .
ಆ ಪ್ರೀತಿಯ ಮಾಯೆಯಲ್ಲಿ ದೊರೆತ ಅನುಭವಗಳು, ಕಂಡ ಕನಸುಗಳು, ಕೊಟ್ಟ
ನೆನಪುಗಳು, ಆಸರೆಯಾದ ಪ್ರೀತಿ ,ಮಮತೆಯ ಕ್ಷಣಗಳು,
ಈ ಪುಸ್ತಕದ ಸರವು , ಸರ್ವವೂ ಪ್ರೀತಿಯಿಂದ ತುಂಬಿದೆ, ಪ್ರತಿ ಕವಿತೆಯು
ಪ್ರೀತಿಯ ಪ್ರತಿ ರೂಪವಾಗಿದೆ .

1. ಆರಂಭವಿಲ್ಲದ ಪ್ರೀತಿ

ಅರಿಯದೆ ಹುಟ್ಟಿದ ಪ್ರೀತಿ
ಪ್ರೀತಿಯ ಅದ್ಭುತ ಭಾವನೆಗಳು,
ಆ ಭಾವನೆಗಳ ಉಸಿರಾದ
ಕವಿತೆಗಳು

(1).ಸಾವಿರ ಕವಿತೆಗಳು ಬರೆಯುವ ಮುನ್ನ......
ಸಾವಿರ ದಿನಗಳ ಅನುಭವ ನೆನೆಯುವ ಮುನ್ನ.....
ಸಾವಿನ ದವಡೆಯಲ್ಲಿ ಸಾಯುವ ಮುನ್ನ.......
ಕಾಣಿಸಲಿಲ್ಲ ಆ ನನ್ನ ಸಾವಿರ ಕನಸುಗಳ ನೆನಪು.....
ನಾ ಸಾಯುವ ಮುನ್ನ ಕಂಡಿದ್ದು ಒಂದೇ ಒಂದು ನೆನಪು.........
ಅದು ನಿನ್ನ ಜೊತೆ ಕಳೆದ ಸವಿ ನೆನಪು.........

(2).ಕತ್ತಲಲ್ಲಿ ಕಾಡುವ ಕನಸು ಹೇಳಲಿಲ್ಲ ನೀ ಯಾರೆಂದು....
ಕಾಮನಬಿಲ್ಲು ಹೇಳಲಿಲ್ಲ ನಿನ್ನ ಬಣ್ಣ ಏನೆಂದು....
ಸಾವಿರ ಶಬ್ದಗಳ ಅರ್ಥ ತಿಳಿಸುವ ಶಬ್ದಕೋಶ ಹೇಳಲಿಲ್ಲ ನಿನ್ನ ಅರ್ಥ
ಏನೆಂದು....
ಯಾವ ಕವಿತೆಯು ವರ್ಣಿಸಲಿಲ್ಲ ನಿನ್ನ ಅಂದ ಏನೆಂದು......

ಆರಾಧ್ಯ

ನಾ ವರ್ಣಿಸಲು ಹೊರಟೆ ಆ ಕವಿತೆ.......
ಓ ಒಲವೇ ನೀನೊಂದು ಅದ್ಭುತವಾದ ಕವಿತೆ.....

❦❦❦

(3).ಸವಿ ಕನಸುಗಳು ನೆನಪಿಗೆ ಬಾರದು ನಿನ್ನ ನೋಡಲು......
ಸವಿ ಪದಗಳು ಜೋಡಣೆ ಆಗದು ನಿನ್ನ ಅಂದ ಹೊಗಳಲು......
ಸೌಂದರ್ಯ ರಾಶಿಯೇ.......
ಇಲ್ಲ ನನ್ನೆದೆಯ ಸಂಪಿಗೆಯೇ ....
ಕಣ್ಣಂಚಿನ ಕನಸಲ್ಲಿರುವ ಓ ನನ್ನ ಚೆಲುವೆ......
ರಣಮುಂದೆ ಬಾರೆ ಓ ನನ್ನ ಒಲವೇ......
ಗಡಿಯಾರದ ನಿಮಿಷಗಳು ನಿನ್ನದು......
ನಿನಗಾಗಿ ಕಾಯುವ ಕ್ಷಣಗಳು ನನ್ನದು....
ನಿನ್ನಲ್ಲೇ ಇರುವೆ....
ನಿನ್ನ ನೆನಪಲ್ಲಿ ಕಾದಿರುವೆ.......

❦❦❦

(4) ಕತ್ತಲಾದ ಕನಸಲ್ಲಿ ದೀಪದಂತೆ ಬಂದವಳೇ.....
ದಾರಿ ಇಲ್ಲದ ಜೀವನಕ್ಕೆ ದಿಕ್ಕಾಗಿ ಬಂದವಳೇ.....
ಕೂಡಿಟ್ಟ ಕನಸೆಲ್ಲ ಕವಿತೆಯಾಗಿ ಬರೆದವಳೇ.....
ಕಣ್ಣೀರ ಒರೆಸಿ ದೇವತೆಯಾಗಿ ನಿಂತವಳೇ.....
ನೆನೆದಾಗಲೆಲ್ಲ ಕವಿತೆಯಾಗಿ ಎದೆಯಿಂದ ಜಾರಿದವಳೇ.....
ಏನೆಂದು ನಾ ಕರೆಯಲಿ ಓ ನನ್ನ ಒಲವೇ....
ನೀ ನನ್ನ ಪ್ರೀತಿಯ ಚೆಲುವೆ..

ನಾ ಕಂಡ ಕನಸು......
ನ್ನಾ ನಿನ್ನ ಪ್ರೀತಿಯ ಕೂಸು.....

❧❧❧

(5) ಕಣ್ಣಿಗೆ ಕಾಣದ ಕನಸಲ್ಲಿ ಮಿಂಚಂತೆ ಕಂಡವಳೇ.....
ಪ್ರೀತಿಯೆಂಬ ಕಡಲಲ್ಲಿ.....
ನಾವಿಕನಿಲ್ಲದ ಆ ದೋಣಿಯಲ್ಲಿ........
ನೀ ಕೊಟ್ಟ ನೆನಪು......
ಅದು ಜೀವನದಲ್ಲಿ ಮರೆಯಲಾಗದ ನೆನಪು.....
ಕ್ಷಣ ಕ್ಷಣವೂ ಕಾಡುವ ನಿನ್ನ ನೆನಪು.........
ನಿನ್ನನ್ನು ಕಂಡಾಗ ನೆನಪಿಗೆ ಬಾರದು ಆ ನನ್ನ ಹೊಳಪು...
ಹೂವಿನಂತೆ ಕಾಣುವ ಓ ನನ್ನ ಚೆಲುವೆ....
ಬಾಡಿ ಹೋಗೋ ಮುನ್ನ ನನ್ನ ಹೃದಯ ಸೇರು ಓ ನನ್ನ ಒಲವೇ......

❧❧❧

(6) ಸಾವಿರ ಕರೆಗಳು ಬಂದರು ನಾ ಕಾಯುವುದು ನಿನ್ನ ಕರೆಗೆ......
ಸಾವಿರ ಸಂದೇಶಗಳು ಹರಿದರು ನಾ ತಿರುಗುವುದು ನಿನ್ನ ಧ್ವನಿಗೆ......
ಯಾವ ಅಂದವು ನೆನಪಿಗೆ ಬಾರದು ನಿನ್ನ ಮುಂದೆ.....
ಯಾವ ಅಂದವು ಕರೆದರು ಕೇಳದು ನಿನ್ನ ಧ್ವನಿ ಮುಂದೆ.........
ನಿನ್ನ ಅಂದ ಹೊಗಳಲು ನಾ ಕವಿಯಲ್ಲ....
ನಿನಗಾಗಿ ಕಾಯುವ ಏಕಾಂಗಿ ನಾನಲ್ಲ......
ನಿನ್ನ ನೆನಪಲ್ಲೇ ನಾನಿರುವೆ.....
ನಿನ್ನ ಉಸಿರಲ್ಲೇ ನಾ ಕಾದಿರುವೆ....
ನಿನ್ನ ಕಣ್ಣಂಚಿನ ಕಾಡಿಗೆಯು ನಾನೇ....

ಆರಾಧ್ಯ

ನಿನ್ನ ಕಣ್ಣಲ್ಲಿ ಕಾಣುವ ಪ್ರೀತಿಯು ನಾನೇ....
-ನಿನ್ನ ನೆನಪಲ್ಲೇ ನಾ ಕವಿತೆ ಬರೆಯೋ ಬರಹಗಾರ......
ನಿನ್ನನ್ನು ಕನಸಲ್ಲಿ ಕಂಡ ಕನಸುಗಾರ......

❧❧❧

(7) ಮುಂಜಾನೆ ಮಂಜಲ್ಲಿ ಇಬ್ಬನಿಯಾಗಿ ಕಂಡವಳೇ.....
ಬಿಸಿಲು ಮಳೆಯಲ್ಲಿ ಕಾಮನಬಿಲ್ಲಂತೆ ರಂಗಾದವಳೇ.....
ಸಮುದ್ರದ ಅಲೆಯಂತೆ ಸದಾ ನನ್ನೆದೆಯಲ್ಲಿ ಸದ್ದು ಮಾಡುವವಳೇ.....
ನನ್ನ ಎದೆಯ ಮಿಡಿತವು ನೀನೇ.....
ನನ್ನ ಎದೆಯ ಬಡಿತವು ನೀನೇ.....
ನಿನ್ನ ಕಂಡಾಗ ಆಗುವ ಖುಷಿಗೆ ಕೊನೆಯಿಲ್ಲ....
ನೀ ಇಲ್ಲದಾಗ ದುಃಖಕ್ಕೆ ಕೊರತೆ ಇಲ್ಲ.....
ನಿನಗಾಗಿ ಕಾಯುವ ಪ್ರತಿ ಕ್ಷಣ....
ನಿನ್ನ ಗುಂಗಲ್ಲಿ ಯೋಚಿಸುವ ಆ ಕ್ಷಣ.....
ಅದು ಕೊನೆಯಾಗದ ಕಡಲು....
ಮುಟ್ಟಲಾಗದ ಮುಗಿಲು.......
ಅಮ್ಮನ ಪ್ರೀತಿಗಿಂತ ನಿನ್ನ ಪ್ರೀತಿ ದೊಡ್ಡದಲ್ಲ....
ಆದರೆ ನನ್ನ ಅಮ್ಮನನ್ನು ನಿನ್ನಲ್ಲಿ ಕಂಡೆನಲ್ಲ.....
ಆ ಪ್ರೀತಿಯನ್ನು ನೀ ತೋರಿದೆ.....
ಸಿಹಿ ನೆನಪುಗಳ ನೀ ತುಂಬಿದೆ......
ನನ್ನ ಕಣ್ಣಲ್ಲಿ ಕಾಣುವ ದುಃಖದ ಕಣ್ಣೀರು ನೀನೇ.....
ಖುಷಿಯ ಆನಂದ ಭಾಷ್ಪವು ನೀನೇ.....
ನೀ ನನ್ನ ನವಿಲು....
ನಿನ್ನ ಪ್ರೀತಿಗೆ ನಾ ಕಾವಲು.......

❧❧❧

(8) ಪ್ರೀತಿ ಹುಟ್ಟುವುದು ಮೊದಲ ಕ್ಷಣದಲ್ಲಿ ಎಂದು ನನಗೆ ತಿಳಿದಿಲ್ಲ...
ಅದರ ಮೇಲೆ ನನಗೆ ನಂಬಿಕೆಯು ಇಲ್ಲ......
ಆದರೆ ನಿನ್ನ ಕಂಡ ಮಧುರ ಕ್ಷಣ ನಾನಿನ್ನು ಮರೆತಿಲ್ಲ......
ಅದ ನಾ ಮರೆಯುವುದು ಇಲ್ಲ.......
ನಿನ್ನ ಕಂಡಾಗ ಖುಷಿಯಲ್ಲಿ ಚಿಟ್ಟೆಯೊಂದು ಹಾರಿತು.......
ಆದರೆ ನಿನ್ನ ಅಂದದ ಮುಂದೆ ಅದೇ ಮರೆಯಾಯಿತು......
ಬೆಳಕಿನಲ್ಲಿ ನಾನೆಂದು ನಕ್ಷತ್ರ ಕಂಡಿಲ್ಲ.......
ನಾ ಕಂಡ ನಕ್ಷತ್ರ ನಿನ್ನ ಕಣ್ಣೇ ಎಲ್ಲ.......
ಪ್ರತಿದಿನ ಅರಳುವ ಹೂವು ನಿನ್ನ ನಗು....
ಆದರೆ ನೀನೊಂದು ಅಂದದ ಮಗು...
ನೀ ಒಪ್ಪಿದರೆ ನಾ ನಿನ್ನ ಪ್ರೀತಿಯ ಸರದಾರ..
ಇಲ್ಲದಿದ್ದರೆ ನಿನಗಾಗಿ ಕಾಯುವ ಕಾವಲುಗಾರ......
ನಿನಗಾಗಿ ಕನಸು ಕಂಡ ಕನಸುಗಾರ.......
ನಿನ್ನ ನೆನಪಿನಲ್ಲೇ ಕವಿತೆ ಬರೆದ ಬರಹಗಾರ........
ನೀ ಬಿಟ್ಟು ಹೋದ ಆ ಕ್ಷಣ.......
ಅದೇ ನನ್ನ ಜೀವನದ ಕೊನೆಯ ಕ್ಷಣ......

❧❧❧

(9).ಮಳೆ ಬರುವ ಮುನ್ನ ತಂಪಾದ ಗಾಳಿಯಂತೆ......
ಮಳೆ ಬಿಡುವ ಮುನ್ನ ಮಿಂಚಿನಂತೆ......
ಕಡಲ ಅಲೆಯ ವೇಗವನ್ನು ಮೀರಿಸುವ ಅಂದ ನಿನ್ನದು.....
ಎದೆಯ ಬಡಿತವನ್ನು ಏರಿಸುವ ಕಣ್ಣು ನಿನ್ನದು........
ಜೋಗದ ಜಲಪಾತದಂತೆ ನಿನ್ನ ನಗು......
ಅದರ ಖುಷಿಯ ಸದ್ದಿನಂತೆ ನಿನ್ನ ಕೂಗು.......
ಸಮುದ್ರದ ಅಲೆಯಂತೆ ನಿನ್ನ ಗೆಜ್ಜೆಯ ಸದ್ದು.....

ಆರಾಧ್ಯ

ಅದು ನಿನ್ನ ಕಾಲಿಗೆ ಮಗುವಿನಂತೆ ಮುದ್ದು.....
ಪ್ರತಿ ಪಕ್ಷಿಯ ಸದ್ದು ನಾ ಕೇಳಿಲ್ಲ......
ನಾ ಕೇಳಿದ ಧ್ವನಿಯ ಕೋಗಿಲೆ ನೀನೇ ಎಲ್ಲ..
ಮೀನಿನ ಹೆಜ್ಜೆಯವಳೇ.......
ನವಿಲು ಕಣ್ಣಿನವಳೇ...
ನನ್ನ ಜೀವನದ ಪ್ರತಿ ಘಳಿಗೆಯೂ ನಿನಗಾಗಿ ಕಾದಿದೆ.....
ನನ್ನ ಎದೆಯ ಬಾಗಿಲು ನಿನಗಾಗಿ ತೆರದಿದೆ.....
ಇದು ನಿನಗಾಗಿ ನನ್ನ ಪ್ರೀತಿಯ ಆಹ್ವಾನ.....
ನಿನಗಾಗಿ ಕಾದಿದೆ ನನ್ನ ಈ ಮನ...

❧❧❧

(10) ಪ್ರತಿದಿನ ಸೂರ್ಯ ಹುಟ್ಟುವನು ನಿನ್ನ ನೋಡಲು.....
ಪ್ರತಿ ರಾತ್ರಿ ಚಂದ್ರ ಬರುವನು ನಿನ್ನ ಅಂದದ ಮುಂದೆ ನಾಚಲು....
ಸಮುದ್ರದ ಆಳದಲ್ಲಿರುವ ಮುತ್ತು ಅದ ಕಂಡಾಗ ನೆನಪಾಯಿತು ನೀ
ಹೇಳಿದ ಪ್ರೀತಿಯ ಮಾತು......
ಕತ್ತಲಲ್ಲಿ ಮಿಂಚುವ ತಾರೆಗಳಂತೆ ನಿನ್ನ ಕಣ್ಣುಗಳು.....
ನೀ ರೆಪ್ಪೆ ಬಡಿದಾಗ ಅನಿಸಿತು ಅದು ಕಣ್ಣಲ್ಲ ಬಣ್ಣದ ಚಿಟ್ಟೆಗಳು.....
ನವಿಲೊಂದು ಕುಣಿದಿತ್ತು ಮಳೆಯಲ್ಲಿ......
ನಾ ಕಂಡೆ ಆ ನವಿಲನ್ನು ಖುಷಿಯಲ್ಲಿ.....
ಮಳೆಗೆ ಕುಣಿಯುವ ನವಿಲು ನೀನು.....
ನಿನ್ನ ಖುಷಿಯಲ್ಲಿ ನನ್ನ ಖುಷಿಯನ್ನು ಕಂಡ ಪ್ರೇಮಿ ನಾನು....
ನನ್ನ ಕನಸಿನ ರಾಣಿಯು ನೀನೇ.....
ನನ್ನ ನಿದ್ದೆಯ ಕೊರತೆಯು ನೀನೇ...
ಪ್ರತಿ ಕವಿಯು ವರ್ಣಿಸಲು ಇಷ್ಟ ಪಡುವ ಅಂದವು ನಿನ್ನದು.....
ಪ್ರತಿ ಶಿಲ್ಪಿಯ ಕೆತ್ತಲೆ ಬೇಕಾದ ಕಲೆಯು ನಿನ್ನದು.....
ಪರಿಶುದ್ಧ ಬಂಗಾರ ನಾ ಕಂಡಿಲ್ಲ......

ನಾ ಕಂಡ ಬಂಗಾರ ನಿನ್ನ ಪ್ರೀತಿಯೇ ಎಲ್ಲ.......
ನಿನಗಾಗಿ ಕಾಯುವ ಪ್ರಾಮಾಣಿಕ.....
ನಿನನ್ನು ದೂರದಲ್ಲೇ ಕಂಡು ಪ್ರೀತಿಸಿದ ಅನಾಮಿಕ.......
ನಿನ್ನ ಪ್ರೀತಿಯ ಶ್ರೀಮಂ...
ಪ್ರೀತಿಯಲ್ಲಿ ನಾನು ಸಿರಿವಂತ.......

❧❧❧

(11) ಪ್ರತಿ ಶಬ್ದಕ್ಕೂ ಒಂದು ಅರ್ಥವಿದೆ......
ಪ್ರತಿ ಹಾಡಿಗೂ ಒಂದು ಸ್ವರವಿದೆ.....
ಪ್ರತಿ ಕಣ್ಣಿನ ಹಿಂದೆ ಒಂದು ಕಥೆ ಇದೆ.....
ಪ್ರತಿ ಕಂಬನಿಗು ಒಂದು ಅರ್ಥವಿದೆ....
ನಿನ್ನ ಕಣೋಟದಲ್ಲೇ ನನ್ನ ಸೆಳೆದವಳೇ.....
ಅದೇ ಕಣ್ಣಿಂದ ಪ್ರೀತಿಯೆಂಬ ಕಾಮನಬಿಲ್ಲನ್ನು ತೋರಿದವಳೇ....
ಕಣ್ಣ ಸನ್ನೆಯಲ್ಲೇ ನನ್ನ ಎದೆಯ ಸದ್ದು ಮಾಡಿದವಳೇ....
ನಿನ್ನ ನೆನಪು ಬರುವ ಮುನ್ನವೇ ನನ್ನ ಖುಷಿಯಾಗಿ ನಿಂತವಳೇ......
ಮರುಭೂಮಿಯನ್ನು ನದಿಯಂತೆ ಮಾಡುವ ಅಂದ ನಿನ್ನದು....
ಆ ಅಂದ ನೋಡಿ ಏರುಪೇರಾದ ಬಡಿತ ನಿನ್ನದು......
ಹುಣ್ಣಿಮೆ ಚಂದ್ರನ ಬೆಳಕಂತೆ ಹೊಳೆವವಳು ನೀನು...
ಅಮಾವಾಸೆಯ ಕತ್ತಲಲ್ಲಿ ಬೆಳಕಿಗಾಗಿ ಕಾಯುವವನು ನಾನು.....
ನನ್ನ ಹೃದಯದಲ್ಲಿ ನೀನಿರುವೆ.....
ನಿನ್ನ ಕಣ್ಣಲ್ಲಿನ ಖುಷಿ ನಾನಾಗಲೆಂದು ಕಾದಿರುವೆ.....

❧❧❧

(12) ರಂಗು ರಂಗಿನ ಕಾಮನಬಿಲ್ಲಂತ ಈ ಪ್ರಪಂಚದಲ್ಲಿ.....
ರಂಗು ರಂಗಿನ ಜನರ ಮಧ್ಯದಲ್ಲಿ.....

ಆರಾಧ್ಯ

ಯಾವ ರಂಗನ್ನು ಕಾಣದ ಕಣ್ಣು ನನ್ನದು....
ಕನ್ನಡಿಯಲ್ಲೂ ಕಾಣದ ಕಣ್ಣು ನನ್ನದು...
ಕಣ್ಣೀರಿಲ್ಲದ ಕಣ್ಣು ನನ್ನದಲ್ಲ..
ಆದರೆ ಹೃದಯ ಇಲ್ಲದವನಲ್ಲ......
ಕಣ್ಣು ಕಾಣದ ಕಣ್ಣಿಗೂ ಒಂದು ಕನಸಿದೆ......
ಆ ಕನಸಿನ ಮುಂದೆ ಒಂದು ಕವಿತೆ ಇದೆ...
ಕುರುಡು ನನ್ನ ಕಣ್ಣಿಗೆ ಮನಸಿಗಲ್ಲ........
ಕತ್ತಲು ನನ್ನ ದೃಷ್ಟಿಗೆ ನನ್ನ ಜೀವನಕ್ಕಲ್ಲ.......
ನಿನ್ನ ನೋಡಲು ನನಗೆ ಕಣ್ಣಿಲ್ಲ......
ಆದರೆ ನಿನ್ನ ಪ್ರೀತಿಯನ್ನು ನೋಡದಿರಲು ಪ್ರೀತಿಯ ಕುರುಡ
ಕಣ್ಣಿಲ್ಲದ ಪ್ರೇಮಿ ನಾನು....
ನನ್ನ ಪ್ರೀತಿ ನಿನಗೆ ಹೇಳಲಾರದ ಮೌನಿ ನಾನು.....
ಕಣ್ಣಿಲ್ಲದ ಕೊರತೆ ನನಗಿಲ್ಲ...
ನಿನ್ನ ಪ್ರೀತಿಯ ಕೊರತೆಗೆ ಕೊನೆಯೇ ಇಲ್ಲ.....
ಕತ್ತಲ ಜೀವನದಲ್ಲಿ ನಿನ್ನ ಪ್ರೀತಿಯ ಬೆಳಕಿಗೆ ನಾ ಕಾದಿರುವೆ.....
ನೀ ನನ್ನ ಕಣ್ಣೆಂದು ನಾ ತಿಳಿದಿರುವೆ......
ನಿನ್ನ ನೋಡಲಾಗದ ಅಂಧಕಾರ......
ನಿನ್ನ ಪ್ರೀತಿಗಾಗಿ ಕನಸು ಕಂಡಿರುವ ಕನಸುಗಾರ......

❧❧

(13) ಸಾವಿನ ಗಡಿಯಲ್ಲಿ ಸಾವಿರಾರು ಸೈನಿಕರು ದೇಶವನ್ನು
ಕಾಯಿತಿರುವರು.....
ಸಾವನ್ನು ಲೆಕ್ಕಿಸದೆ ದೇಶಕ್ಕಾಗಿ ಪ್ರಾಣವನ್ನು ಅರ್ಪಿಸುವರು......
ಪ್ರತಿ ಸೈನಿಕನ ಹಿಂದೆಯೂ ಒಂದು ಕಾಣದ ಪ್ರೀತಿಯ ಕಥೆ ಇದೆ....
ಆ ಕಷ್ಟದ ಮುಂದೆಯೂ ಮಣ್ಣಿಗಾಗಿ ಹೋರಾಡುವ ಧೈರ್ಯ ಇದೆ.....
ದೇಶ ಕಾಯಲು ಹೊರಟ ಸೈನಿಕ ನಾನು.....

ದೇಶ ಪ್ರೇಮದ ಮುಂದೆ ನನ್ನ ಪ್ರೀತಿ ಮರೆತ ಪ್ರೇಮಿ ನಾನು......
ನನಗಾಗಿ ಕಾಯುವ ಪ್ರೇಯಸಿ ಇರುವಳಲ್ಲಿ........
ನನಗೆ ಜನ್ಮ ಕೊಟ್ಟ ತಾಯಿ ಕಾಯುತ್ತಿರುವಳಲ್ಲಿ......
ಪ್ರತಿ ಕ್ಷಣವೂ ಅವರ ಎದೆ ಬಡಿದು ಕೊಳ್ಳುವುದು ನನಗಾಗಿ......
ಅವರ ನೆನಪಲ್ಲಿ ಗಡಿ ಕಾಯುತ್ತಿರುವ ನಾನು ಏಕಾಂಗಿ...
ಅವರ ಜೊತೆ ಕಳೆದ ನೆನಪಿನಲ್ಲಿ ನನ್ನ ಈ ಪಯಣ.......
ನನ್ನ ಈ ದೇಶಕ್ಕಾಗಿ ಹೋರಾಡುತ್ತಿರುವುದು ನನ್ನ ಈ ಪ್ರಾಣ.....
ನನ್ನ ಪ್ರತಿ ರಕ್ತವು ದೇಶಕ್ಕಾಗಿ...
ನನ್ನ ಈ ಜನ್ಮ ಮಣ್ಣಿಗಿ ವೀರರಿಗೆ ಜನ್ಮ ಕೊಟ್ಟ ಭೂಮಿ ನನ್ನದು......
ಪ್ರತಿ ವೀರನ ಎದೆಯಲ್ಲಿ ದೇಶ ಭಕ್ತಿಯನ್ನು ಕಂಡ ಕಣ್ಣು ನನ್ನದು.....
ನನ್ನ ಮೊದಲ ಉಸಿರು ಕೊಟ್ಟ ತಾಯಿಗೆ ಏನು ಕೊಟ್ಟೆನೆಂದು ನನಗೆ
ಆದರೆ ನಾ ಜನ್ಮ ಪಡೆದ ಭೂಮಿಯನ್ನು ಮರೆಯಲು ಸಾಧ್ಯವಿಲ್ಲ........
ನನ್ನ ಪುಣ್ಯ ಭೂಮಿಯನ್ನು ಕಾಯುತ್ತಿರುವ ಸೈನಿಕ...
ದೇಶವನ್ನು ಪ್ರೀಯಿಸಿದ ನಾನೊಬ್ಬ ಪ್ರೇಮಿಕ.....

❧❧❧

(14).ಮಳೆಗಾಲದಲ್ಲಿ ಬರುವ ಜೋರಾದ ಮುತ್ತಿನ ಮಳೆಯಂತೆ.......
ಕಣ್ಣು ಕುಕ್ಕುವ ಬಿಸಿಲಿನಲ್ಲೂ ಕಣ್ಣೊಟ ಸೆಳೆವ ಹೂವಿನಂತೆ.....
ಕಂಡೆ ನೀ ನನ್ನ ಎದುರಲ್ಲಿ...
ಮರೆತು ಹೋದೆ ನಾ ಬಂದ ದಾರಿ ನಿನ್ನ ಗುಂಗಲ್ಲಿ.......
ಕಣ್ಣು ಕುಕ್ಕುವ ಅಂದ ನಿನ್ನದಲ್ಲ.....
ಆದರೆ ಬೇಲೂರು ಶಿಲೆಯು ನಿನ್ನ ಅಂದದ ಮುಂದೆ ನಿಲ್ಲುವುದಿಲ್ಲ......
ನಿನ್ನ ಅಂದ ಹೊಗಳಲು ನಾ ಜ್ಞಾನಿ ಅಲ್ಲ.......
ನಿನ್ನ ಅಂದದ ಮುಂದೆ ಸೋತು ಕವಿ ಆದೆನಲ್ಲ......
ನವಿಲು ಕೂಡ ನಾಚುವ ನಡಿಗೆ ನಿನ್ನದು......
ಆ ನಡಿಗೆ ನೋಡಿ ಹಾಳಾದ ಮನಸ್ಸು ನನ್ನದು...

ಆರಾಧ್ಯ

ನಿನ್ನನ್ನು ನಾ ಕಂಡಾಗ ದಾರಿಯಲ್ಲಿ....
ಬಿರುಗಾಳಿಯೊಂದು ಬೀಸಿತು ನನ್ನೆದೆಯಲ್ಲಿ.......
ಪ್ರಪಂಚದ ಎಂಟನೆ ಅದ್ಬುತ ನಾ ಕಂಡಿಲ್ಲ...
ನಾ ಕಂಡ ಅದ್ಬುತ ನಿನ್ನ ಕಣ್ಣೇ ಎಲ್ಲ.....
ಮಿಂಚನ್ನು ಸೆಳೆವ ಕಣ್ಣು ನಿನ್ನದು.....
ಅದ ಕಂಡು ನಿಂತ ಹೃದಯ ನನ್ನದು....
ನಾ ಬರೆವ ಪ್ರತಿ ಕವಿತೆಯ ಸ್ಫೂರ್ತಿ ನೀನೇ......
ನನ್ನ ತಲೆ ಕೆಡಿಸಿದ ಪ್ರೇಯಸಿಯು ನೀನೇ.....
ನಾ ಹಾಡುವ ಪ್ರತಿ ಹಾಡಿನ ಸಾಲು ನೀನೇ......
ಆ ಹಾಡಿನ ಸ್ವರವು ನೀನೇ....
ನಿನಗಾಗಿ ಈ ಕವಿತೆ ಬರೆದ ನಿನ್ನ ಅಭಿಮಾನಿ.....
ನಾ ನಿನ್ನ ಪ್ರೀತಿಯ ಸ್ವಾಭಿಮಾನಿ.......

❧❧❧

(15)ಮುಖವಾಡದ ನಗುವನ್ನು ಹೊತ್ತು ತಿರುಗುವ ಪ್ರಪಂಚದಲ್ಲಿ......
ಕಂಡಳವಳು ನಗು ಮುಖದಲ್ಲಿ.......
ಕಲ್ಮಶ ಇಲ್ಲದ ನಗು ಅವಳದು.....
ಆ ನಗು ಕಂಡು ಹುಚ್ಚೆದ್ದ ಮನಸ್ಸು ನನ್ನದು....
ನಗಲು ಬಾರದ ಜನರ ನಡುವೆ.....
ನಗುವೇ ಅವಳ ಒಡವೇ......
ಎಂತಹ ದುಃಖವನ್ನು ಮರೆಮಾಚಬಲ್ಲ ನಗು ನಿನ್ನದು........
ಆ ನಗು ಕಂಡು ದುಃಖ ಕಳೆದುಕೊಂಡ ಮನಸ್ಸು ನನ್ನದು........
ಜೀವ ಇರುವ ಗೊಂಬೆ ಅವಳು........
ಬೇರೆಯವರ ಖುಷಿಗೆ ಕುಣಿವ ನವಿಲವಳು.........
ಚಂದ್ರ ಕೂಡ ನಾಚುವ ಅಂದ ನಿನ್ನದು......
ಕಾಮನಬಿಲ್ಲನ್ನು ರಂಗೇರಿಸುವ ಕಣ್ಣು ನಿನ್ನದು.......

ಕಣ್ಣಲ್ಲೇ ಕವಿತೆಯನ್ನು ಬರೆವ ನಿನ್ನ ಕಣ್ಣ......
ಆ ಕವಿತೆಯನ್ನು ಅರಿತು ಅಭಿಮಾನಿ ಆದವನು ನಾನು......
ನಿನ್ನ ಜೊತೆ ಒಂದು ಕ್ಷಣ ಕಳೆಯಲು ಗಡಿಯಾರವು ನಿಲ್ಲುವುದು.....
ಆ ಗಡಿಯಾರವು ನಿನ್ನ ಅಂದದ ಮುಂದೆ ದಾಸನಾಗಿ ನಿಂತಿಹುದು......
ನೀ ಯಾರೆಂದು ನನಗೆ ತಿಳಿದಿಲ್ಲ......
ಆದರೆ ನಿನ್ನ ಕಂಡ ಆ ಕ್ಷಣ ನನ್ನ ಹೃದಯ ನನ್ನ ಬಳಿಯಿಲ್ಲ.....
ನನ್ನ ಬೆಲೆ ಕಟ್ಟಲಾಗದ ವಜ್ರ ನೀನು.......
ಆ ವಜ್ರವನ್ನು ಜೀವನದ ಕೊನೆವರೆಗೂ ಕಾಯುವ ಕಾವಲುಗಾರ
ನಾನು.....

❦❦❦

(16).ಕಾರ್ಮೋಡ ಕವಿದ ಮೋಡದಲ್ಲಿ ಮಿಂಚಿನ ಮಳೆಯಂತೆ.....
ಕಪ್ಪು ಕಗ್ಗತ್ತಲಲ್ಲಿ ಹೊಳೆವ ತಾರೆಗಳಂತೆ........
ಎದೆಯಲ್ಲಿ ಯಾರಿಲ್ಲದ ಸಮಯದಲ್ಲಿ......
ನೀ ಕಂಡೆ ನನ್ನೆದುರಲ್ಲಿ.... ಕೋಗಿಲೆಯ ಧ್ವನಿ ನಿನ್ನದಲ್ಲ.......
ಆದರೆ ನೀ ನನ್ನ ಕೋಗಿಲೆಯಾದೆಯಲ್ಲ.......
ನೀ ನಡೆವ ಪ್ರತಿ ಹೆಜ್ಜೆಯು ಹಂಸದಂತಿದೆ......
ಉರಿವ ಬಿಸಿಲಿನಲ್ಲು ತಂಪಾದ ಗಾಳಿಯಂತಹ ನೋಟ ನಿನ್ನದು.....
ನಿನ್ನ ಆ ನಡಿಗೆಯ ಕಂಡು ಹಂಸವೇ ಬೆರಗಾಗಿದೆ......
ಆ ನೋಟದಲ್ಲೇ ನಿನಗೆ ಸೆರೆ ಆದ ಮನಸ್ಸು ನನ್ನದು......
ನಿನಗಾಗಿ ಕಾವ್ಯ ಬರೆಯಲು ನಾ ಕಾಳಿದಾಸನಲ್ಲ......
ನಿನ್ನ ಅಂದದ ಮುಂದೆ ಕಾಳಿದಾಸನು ಮರೆಯುವನು ಅವನ
ಕಾವ್ಯಗಳೆನೆಲ್ಲ.....
ಮಗುವಿನ ಮನಸ್ಸು ನಿನ್ನದು.......
ಆ ಪರಿಶುದ್ಧತೆಯನ್ನು ಕಂಡು ದಾಸನಾದ ಹೃದಯ ನನ್ನದು.....
ಮಿಂಚಿನ ವೇಗದ ಮಾಯಗಾತಿಯೇ.....

ಇಲ್ಲ ಕಂಡರೂ ಕಾಣದ ದೇವತೆಯೇ........

ದಕ್ಕೆ ಇಲ್ಲದ ಪಕ್ಷಿಯಾದ ನಿನ್ನ ಕಂಡಾಗ........

ನಿನ್ನ ಪ್ರೀತಿಗಾಗಿ ಕಾಯುವ ಪಕ್ಷಿ ನಾನಾದೆನೀಗ.....

ನೆನ್ನ ನಡೆದ ದಿನಗಳು ನನಗೆ ನೆನಪಿಲ್ಲ.......

ನಿನಗಾಗಿ ಕನಸ ಕಂಡ ಕ್ಷಣಗಳೇ ಉಳಿದಿವೆ ಎಲ್ಲ.....

ನಿನ್ನ ಭೂಮಿಗೆ ತಂದ ದೇವರಿಗೆ ಕೋಟಿ ನಮನ.....

ಆದರೆ ಕಾಲವು ಕಾದಿರಿಸಿದೆ ನನ್ನೆದೆಗೆ ಹಾಕಿದೆ ಕಡಿವಾಣ.......

ನನ್ನ ಜೀವನದ ಪ್ರತಿ ಕ್ಷಣವೂ ನಿನಗಾಗಿ ಕಾದಿದೆ.......

ನನ್ನ ಕೊನೆಯ ಉಸಿರು ಹೋಗುವ ಮುನ್ನವು ನಿನಗಾಗಿ ಬಡಿದು

ಕೊಳ್ಳುವುದು ನನ್ನದೇ.....

❧❧❧

(17).ಸಾವಿರ ಹೂಗಳ ಹೂದೋಟದಲ್ಲಿ ನಲಿವ ಬಣ್ಣದ ಚಿಟ್ಟೆಯಂತೆ....

ಬಣ್ಣಗಳಿಲ್ಲದ ಬಾನಿಗೆ ರಂಗಿನ ಕಾಮನಬಿಲ್ಲಿನಂತೆ......

ಮೂಗನನ್ನು ಗಾಯಕನನ್ನಾಗಿ ಮಾಡುವ ಅಂದ ನಿನ್ನದು.....

ಆ ಅಂದವನ್ನು ಕಂಡು ಮೂಗನಾದ ಧ್ವನಿ ನನ್ನದು.....

ಹರಿವ ನದಿಯಂತೆ ನಿನ್ನ ಮುಂಗುರುಳು......

ಆ ಮುಂಗುರುಳ ಕಂಡು ಮೈಮರೆತವು ನನ್ನ ಕನಸುಗಳು......

ನನ್ನ ಮನಸ ಕದ್ದ ಚೋರಿಯು ನೀನೇ.....

ನನ್ನ ಮನಸ ಗೆದ್ದ ರಾಣಿಯು ನೀನೇ.....

ನನ್ನ ಎದೆಯ ಬಾಗಿಲ ತಟ್ಟಿದವಳು ನೀನೇ..

ಸದ್ದಿಲ್ಲದೆ ಒಳ ಬಂದು ಸದ್ದು ಮಾಡುತ್ತಿರುವವಳು ನೀನೇ....

ಹುಣ್ಣಿಮೆಯ ಬೆಳಕಿನಂತೆ ನಿನ್ನ ಕಣ್ಣುಗಳು......

ಆ ಬೆಳಕಿನಿಂದ ಶುರುವಾದವು ನನ್ನ ಕನಸುಗಳು.....

ನನ್ನ ಹಾಡಿನ ಪ್ರತಿ ಭಾವನೆಯು ನೀನೇ......

ನನ್ನ ಭಾವನೆಗಳ ಸವಿ ಜೋಡಣೆಯು ನೀನೇ.....
ನಿನಗಾಗಿ ಪುಸ್ತಕ ಬರೆಯಲು ನಾ ಲೇಖಕ ಅಲ್ಲ...
ನಿನ್ನ ಅಂದ ಹೊಗಳಲು ಸಾವಿರ ಪುಸ್ತಕಗಳು ಸಾಲುವುದಿಲ್ಲ.......
ಕಲ್ಲನ್ನು ಕರಗಿಸುವ ಪ್ರೀತಿ ನನ್ನದು......
ನಿನ್ನ ಪ್ರೀತಿಯಿಂದ ಕರಗಿ ನೀರಾದ ಹೃದಯ ನನ್ನದು......
ನಿನಗಾಗಿ ಯುದ್ಧ ಮಾಡಲು ನಾ ಸೈನಿಕ ಅಲ್ಲ......
ಆದರೆ ನಿನ್ನ ಅಂದದ ಮುಂದೆ ಯಾವ ಸೈನ್ಯವು ನಿಲ್ಲುವುದಿಲ್ಲ.....
ನಿನಗಾಗಿ ಕನಸಿನ ಪ್ರೀತಿಯ ಕೋಟೆ ನಾ ಕಟ್ಟಿರುವೆ.....
ಈ ಬಡವನ ಪ್ರೀತಿಯನ್ನು ನೀ ಒಪ್ಪುವೆಯೆಂದು ನಾ ಕಾದಿರುವೆ.....

❧❧❧

(18).ನೆನಪು ಎಂಬ ಸಮುದ್ರದಲ್ಲಿ.......
ನೆನಪುಗಳ ಅಡಿಯಲ್ಲಿ.......
ನೆನಪಿನ ಜೊತೆಯಲ್ಲಿ...
ಕಳೆದ ಪಯಣ ನನ್ನದು......
ಆ ಪಯಣದಲ್ಲಿ ಪ್ರತಿ ದಾರಿಯು ನಿನ್ನದು.........
ನನ್ನ ಪ್ರತಿ ನೆನಪಿನ ಉಸಿರು ನೀನೇ......
ಆ ಉಸಿರಿನ ಪ್ರತಿ ಶ್ವಾಸವು ನೀನೇ...
ನಿನಗಾಗಿ ಕಾದ ಪ್ರತಿ ಕ್ಷಣಗಳು.....
ಮರೆಯಲಾಗದ ಮರೀಚಿಕೆಗಳು......
ನಿನ್ನ ಕಣ್ಣ ರೆಪ್ಪೆಯ ಸನ್ನೆ ಸಾಕು.....
ನಿನ್ನ ಹಿಂದೆ ತಿರುಗುವುದು ನನ್ನ ಬದುಕು......
ಅವಿತಿಟ್ಟ ವಜ್ರ ನಾ ಕಂಡಿಲ್ಲ.......
ಆದರೆ ಆ ವಜ್ರದ ತೊಳಪವನ್ನು ನಿನ್ನ ಮುಖದಲ್ಲಿ ಗಂಡನಲ್ಲ......
ನನ್ನ ಕಣ್ಣಲ್ಲಿ ಮೂಡುವ ಪ್ರತಿ ಚಿತ್ರವು ನೀನೇ....
ನನ್ನ ಕಣ್ಣಲ್ಲಿ ಅವಿತ ಪ್ರೀತಿಯು ನೀನೇ......

ಆರಾಧ್ಯ

ಕವಿತೆಗಳು ಸಾಲವು ನಿನ್ನ ಹೊಗಳಲು........
ಆದರೆ ನಿನಗಾಗಿ ಶರಣಾಗುವವು ಆ ಕವಿತೆಯ ಸಾಲುಗಳು......
ಕಪಟ ಮನಸ್ಸುಗಳ ನಡುವೆ........
ಕಲ್ಮಶ ಇಲ್ಲದ ನಿನ್ನ ಪ್ರೀತಿಗಾಗಿ ನಾ ಕಾದಿರುವೆ......
ನಿನಗಾಗಿ ಕಾಲವನ್ನು ತಡಿವೆ ಕಾದಿರಿಸಿ......
ನಿನಗಾಗಿ ನನ್ನೆದೆಯ ದೀಪವು ಕಾದಿದೆ ಓ ನನ್ನ ಅರಸಿ.......

❧❧❧

(19).ಪ್ರತಿದಿನದ ಆರಂಭ ಸೂರ್ಯ ಉದಯಿಸಿದ ನಂತರ......
ನನ್ನ ದಿನದ ಆರಂಭ ನಿನ್ನ ಸಂದೇಶದ ನಂತರ......
ನನ್ನ ಖುಷಿಯ ಹೊಳಪಿನ ಕಾರಣವು ನೀನೇ....
ನನ್ನ ದುಃಖದ ಧೈರ್ಯವು ನೀನೇ....
ನೆರಳು ಕೂಡ ನಿನ್ನ ಬಿಟ್ಟು ಹೋಗುವುದು ಕತ್ತಲಲ್ಲಿ......
ಸದಾ ನಿನ್ನೊಂದಿಗೆ ನಾನಿರುವೆ ಜೀವನದ ಪ್ರತಿ ಹಾದಿಯಲ್ಲಿ......
ನನ್ನ ಕನಸಿನ ಅದ್ಭುತವಾದ ಸುಳ್ಳು ನೀನೇ.....
ನನ್ನ ಖುಷಿಯ ಸತ್ಯವು ನೀನೇ.....
ಕತ್ತಲು ಬೆಳಕಾಗಿದೆ ನಿನ್ನ ಗುಂಗಲ್ಲಿ.....
ಬೆಳಕು ಕವಿದು ಹೋಗಿದೆ ನಿನ್ನ ನೆನಪಿನಲ್ಲಿ.....
ನಿನಗಾಗಿ ನಾ ಕಾಯುವ ಪ್ರತಿ ಕ್ಷಣವೂ ಮರೆಯಲಾಗದ ಕನಸಿನ
ಕವಿತೆ....
ನಿನ್ನ ಹೊಗಳಲು ಹೊರಟ ಪ್ರತಿ ಸಾಲಿನಲ್ಲೂ ನನ್ನನ್ನು ನಾ ಮರೆತೆ......
ಪ್ರತಿ ದಿನವೂ ನಾ ಹುಡುಕುವೆ ಕಳೆದುಕೊಂಡ ಮನಸ್ಸನ್ನು.......
ನಾ ಕಳೆದುಕೊಂಡ ಮನಸ್ಸಿನಲ್ಲಿ ಅವಿತ ಅರಗಿಣಿ ನೀನು....
ನಿನ್ನ ಅಂದ ಕಂಡು ಪ್ರೀತಿ ಮಾಡಿದವನಲ್ಲ.......
ನಿನ್ನ ಅಂದ ಹೋದರು ಕೊನೆವರೆಗೂ ನಿನ್ನ ಕೈ ನಾ ಬಿಡುವುದಿಲ್ಲ....
ನಿನ್ನ ಪ್ರೀತಿ ಮಾಡಿದ ಪ್ರೇಮಾಂಗಿ......

ನಿನ್ನ ಪ್ರೀತಿಗಾಗಿ ಕಾಯುವ ಏಕಾಂಗಿ....

❧❧❧

(20) .ದಾರಿಯಿಲ್ಲದ ದಾರಿಯಲ್ಲಿ ಬದುಕು ಸಾಗುತಿರುವಾಗ.......

ಬದುಕಿನ ಪ್ರತಿ ತಿರುವು ಅರ್ಥ ಆಗದೇ ಇರುವಾಗ........

ಬದುಕಿನ ಬಡಿತವಾಗಿ......

ಬಡಿತದ ಸ್ವರವಾಗಿ, ಆ ಸ್ವರದ ಅಕ್ಷರವಾಗಿ.......

ಕಂಡೆ ನೀನು ಆ ದಾರಿಯಲ್ಲಿ....

ದಾರಿಯ ಕಷ್ಟಗಳ ಮಧ್ಯದಲ್ಲಿ.....

ಆಸೆಗಳಿಲ್ಲದ ಜೀವನಕ್ಕೆ ಆಸರೆಯಾಗಿ.........

ಆಸೆಗಳ ರಾಜ್ಯದ ರಾಣಿಯಾಗಿ......

ದುಃಖ ತುಂಬಿದ ಕಣ್ಣಲ್ಲಿ ಖುಷಿಯ ಹೊಳೆ ಹರಿಸಿದವಳೇ.....

ಆ ಕಣ್ಣಿನ ಪ್ರತಿ ಭಾವವನ್ನು ಅರಿತವಳೇ........

ನಿನ್ನನ್ನು ಕಂಡ ಆ ಕ್ಷಣ......

ಮೊದಲಾಯಿತು ನನ್ನ ಜೀವನದ ಅನ್ವೇಷಣ.....

ಅರಿಯಲಾರದ ಶಕ್ತಿ ನಿನ್ನ ಕಣ್ಣಲ್ಲಿದೆ....

ಆ ಶಕ್ತಿಯೇ ನನ್ನ ದುಃಖಗಳನ್ನು ಮರೆಸಿದೆ.........

ನನ್ನ ಗುರಿಯ ತಲುಪಲು ದಾರಿ ನೀನು.........

ಆ ಕಷ್ಟಗಳ ಎದುರಿಸಲು ಸ್ಫೂರ್ತಿ ನೀನೇ......

ನನ್ನ ಬದುಕಿನ ಖುಷಿಯ ಆಶ್ವಾಸನೆಯೂ ನೀನೇ...

ನನ್ನ ಪ್ರೀತಿಯ ಭಾಷೆಯು ನೀನೇ....

ನಿನಗಾಗಿ ನನ್ನ ಮನಸ್ಸಿನ ಒಗಟೊಂದು ಕಾದಿದೆ.......

ಆ ಒಗಟು ಬಿಡಿಸುವ ನಿನ್ನ ಪ್ರೀತಿಗಾಗಿ ನನ್ನ ಮನಸ್ಸು ಕಾದಿದೆ.........

❧❧❧

(21) ದಿಕ್ಕುಗಳಿಲ್ಲದ ದಾರಿಯಲ್ಲಿ ದಿವ್ಯಛೆಯಾದವಳೇ......
ದಾರಿಯ ಪ್ರತಿ ದಿಕ್ಕು ಹೂವಿನ ಹಾದಿಯನ್ನಾಗಿ ಮಾಡಿದವಳೇ......
ನನ್ನ ಹಾಡಿನ ಸಾಹಿತ್ಯವಾಗಿ.......
ಆ ಸಾಹಿತ್ಯದ ಅನುಸ್ವರವಾಗಿ......
ನಿನ್ನನ್ನು ಕಂಡೆ ನನ್ನ ಕನಸಿನಲ್ಲಿ,
ನಿನ್ನನ್ನು ಕಂಡಾಗ ಎದುರಲ್ಲಿ......
ಸಪ್ತ ಸ್ವರಗಳು ಕೇಳಿಬಂದವು ನನ್ನೆದೆಯಲ್ಲಿ......
ಆಧಾರವಾದೆ ನೀನು ಅರ್ಥವಿಲ್ಲದ ನನ್ನ ಬದುಕಲ್ಲಿ.....
ಹರಿವ ಪ್ರೀತಿಯ ನದಿಯಂತೆ ನೀನು.......
ನಿನ್ನ ಆಗಮನಕ್ಕಾಗಿ ಕಾಯುತ್ತಿರುವ ಸಮುದ್ರ ನಾನು......
ಮುಸ್ಸಂಜೆಗೆ ಮುಳುಗುವ ಸೂರ್ಯನಂತೆ......
ನಕ್ಷತ್ರಗಳ ನಡುವೆ ಹೊಳೆವ ಚಂದ್ರನಂತೆ.....
ಹೊಳೆವ ನಿನ್ನ ಕಣ್ಣುಗಳು........
ಆ ಕಣ್ಣ ಕಂಡು ಮೌನಿ ಆದವು ನನ್ನ ಮನಸ್ಸಿನ ಮಾತುಗಳು........
ಕಣ್ಣು ಮುಚ್ಚಿದಾಗ ಬರುವ ಕನಸು ನೀನೇ..........
ಕಣ್ಣ ತೆರೆದಾಗ ಕಣ್ಣಲ್ಲಿ ಮೂಡುವ ಖುಷಿಯ ಕಾಂತಿಯು ನೀನೇ.......
ನಿನ್ನ ಪ್ರೀತಿಗಾಗಿ ಕನಸಿನ ದೋಣಿಯಲ್ಲಿ ಚಲಿಸುತ್ತಿರುವ ನಿನ್ನ ಪ್ರೀತಿಯ
ಪ್ರಯಾಣಿಕ.......
ನಿನ್ನ ಪ್ರೀತಿಯ ದಡ ಸೇರಲು ಕಾಯುತ್ತಿರುವ ಪ್ರೀತಿಯ ನಾವಿಕ.......

❧❧❧

(22).ಸಾವಿರ ಅಲೆಗಳ ಶಬ್ದದ ಅಡಿಯಲ್ಲಿ,
ಸಾವಿರ ಅಡಿಗಳ ಆಳದಲ್ಲಿ.......
ಸಮುದ್ರದ ಮಧ್ಯದಲ್ಲಿ ಸಿಗುವ ಮುತ್ತಿನಂತೆ ನನ್ನವಳು.......
ಸಮುದ್ರದ ಪ್ರೀತಿಯ ಕೊಡುವವಳು......
ಕಣ್ಣಲ್ಲಿ ಯುದ್ಧ ಮಾಡುವ ಪ್ರೇಯಸಿ ಅವಳು........

ನನ್ನ ಮನಸ ಕಾಡುವ ಊರ್ವಶಿಯು ಅವಳು......
ಮಾಸಿ ಹೋಗದ ನಗು ಅವಳದು......
ಮರೆಮಾಚದ ಮನಸ್ಸು ಅವಳದು......
ಕಣ್ಣಲ್ಲಿ ಕಣ್ಣಿಟ್ಟು ಕವಿತೆ ಬರೆವ ಕಣ್ಣವಳು......
ಮುಂಜಾನೆ ಮಂಜಲ್ಲಿ ಮೂಡಿಬಂದ ಇಬ್ಬನಿಯವಳು.......
ನಿನ್ನ ಪ್ರೀತಿಯ ಮಿತ್ರನು ನಾನೇ.....
ನಿನ್ನ ದುಃಖಿಗಳ ಶತ್ರುವು ನಾನೇ..
ನನ್ನ ಪ್ರತಿ ಕ್ಷಣದ ಉಸಿರು ನೀನು.....
ನಿನ್ನ ಉಸಿರಲ್ಲಿ ಉಸಿರಾಡುವ ಪ್ರೇಮಿ ನಾನು...
ನನ್ನ ದುಃಖಿ ತೀರಿಸುವ ದೇವತೆಯು ನೀನೇ..
ನನ್ನ ದುಃಖಿಗಳ ದಾಸಿಯು ನೀನೇ.........
ನನ್ನ ಪ್ರೀತಿಗಾಗಿ ಸಾಯುವ ಪ್ರೇಮಿ ನಾನಲ್ಲ.....
ನಿನಗಾಗಿ ಸಾವನ್ನಾದರು ತಡೆಯುವೆನಲ್ಲ....
ನಿನ್ನ ಪ್ರೀತಿಗಾಗಿ ಪ್ರತಿ ಕ್ಷಣವೂ ನಾ ನಿರೀಕ್ಷಿಸುವೆ.........
ನಿನ್ನ ನೆನಪಲ್ಲಿ ಸತ್ತು ಮತ್ತೆ ಹುಟ್ಟಿ ಬರುವೆ......

❧❧❧

(23) ಹಚ್ಚ ಹಸಿರು ತುಂಬಿದ ಕಾಡಲ್ಲಿ ನಲಿವ ನವಿಲಂತೆ........
ಒಂದು ಕ್ಷಣವೂ ನಿಲ್ಲದೆ ಹರಿವ ನದಿಯಂತೆ ....
ಸ್ವರ್ಗದಿಂದ ಜಾರಿದವಳೋ........
ಇಲ್ಲ ಇಂದ್ರನ ಅರಸಿಯಾದವಳೋ......
ಹಿಮದ ಹೊಳಪು ನನ್ನವಳು.......
ನಡೆವ ಮುಂಗಾರವಳು..
ಚಂದ್ರನು ಬೆರಗಾಗುವ ನಗು ಅವಳದು......
ತಾರೆಗಳು ಕೂಡ ನಾಚುವ ಕಣ್ಣವಳದು.....
ಹೂವಿನ ಮನಸವಳು......

ಆರಾಧ್ಯ

ನಿನ್ನ ಕಾಲಿನ ಗೆಜ್ಜೆ ಸದ್ದು ಸಾಕು ನನ್ನ ಗಮನ ಸೆಳೆಯಲು.....
ನಿದ್ದೆಯಲ್ಲು ಕಾಡುವ ಕನಸವಳು......
ಆಕಾಶದ ಪ್ರೀತಿ ಕೊಡುವವಳು.....
ಆ ಪ್ರೀತಿಗೆ ಕಾದಿವೆ ನನ್ನ ಕನಸುಗಳು......
ಹಗಲಲ್ಲಿ ನೆರಳಾಗಿ......
ಕತ್ತಲಲ್ಲಿ ಬೆಳಕಾಗಿ......
ಮಲ್ಲಿಗೆಯ ಕಣ್ಣುಗಳು
ನನ್ನೆದೆಯ ಖುಷಿ ಅವಳೇ..
ನನ್ನ ಉಸಿರಿಗೆ ಉಸಿರಾದವಳೇ.......
ನಿನ್ನ ಕಣ್ಣೀರನ್ನು ನಾ ಕಂಡಿಲ್ಲ.......
ನಿನಗೆ ಕಣ್ಣೀರು ಬಾರದಂತೆ ನಾ ಕಾಯುವೆನಲ್ಲ.........
ನಿನ್ನ ಪ್ರೀತಿಗಾಗಿ ಸದಾ ಸ್ಮರಿಸುತ್ತಿರುವೆ ಓ ನನ್ನ ಪ್ರೀತಿಯ ಗೆಳತಿ........
ನಾ ನಿನ್ನ ಪ್ರೀತಿಗೆ ಸಾರಥಿ..

❧❧❧

(24) .ಸಾವಿರ ಜೇನಿನ ಕಾವಲಲ್ಲಿ ಸಿಹಿಯ ಜೇನಿನಂತೆ........
ಕಣ್ಣಸೆಳೆವ ಗೊಂಬೆಗೆ ಸೈನ್ಯದ ಕಾವಲಂತೆ........
ಕೊನೆಯಾಗದ ಕವಿತೆ ಅವಳು.......
ಆರಂಭವಿಲ್ಲದ ಅದ್ಭುತ ಅವಳು.....
ನಗೆಯ ಜಲಪಾತದಂತವಳೇ,
ಸಮುದ್ರದ ಕಣ್ಣವಳೇ........
ನಿನ್ನ ಕಂಡ ಮೊದಲ ಕ್ಷಣದ ಅನುಭವ...........
ಅದ ನೆನೆದಾಗಲೆಲ್ಲ ನಿನ್ನದೆ ಸಿಹಿ ಕಲರವ,........
ನನ್ನ ಹೃದಯದ ಪ್ರತಿ ಸಣ್ಣ ಸದ್ದು ಕೂಗುವುದು ನಿನ್ನ ಹೆಸರನ್ನು....
ಅದರ ಪ್ರತಿ ಅಕ್ಷರವು ತುಂಬಿದೆ ಎದೆಯ ಬಡಿತವನ್ನು..... -
ಜಿಂಕೆಯಂತೆ ನಲಿವವಳೇ.........

ಮಿಂಚಿನಂತೆ ಕಂಡು ಕಣ್ಮರೆಯಾದವಳೇ......
ನಿನಗಾಗಿ ಹುಡಿಕಿದೆ ಈ ಜಗವನ್ನೆಲ್ಲ.......
ಕೇಳದೆ ಎದೆಯೊಳಗೆ ನೀ ಅವಿತೆಯಲ್ಲ.......
ಜಗದ ಪ್ರೇಮಿ ನಾನಲ್ಲ.......
ನನ್ನ ಜಗತ್ತು ನೀನಾದೆಯಲ್ಲ.....
ನಿನ್ನನ್ನು ಹಿಂಬಾಲಿಸಲು ನಾ ನಿನ್ನ ನೆರಳಲ್ಲ.......
ನಿನಗಾಗಿ ಮತ್ತೆ ಹುಟ್ಟಿ ಬರುವ ಸೂರ್ಯ ನಾನಾಗುವೆನಲ್ಲ.......
ಪ್ರೀತಿಯ ಪಯಣದಲ್ಲಿ ನಿನಗಾಗಿ ಕಾದಿದೆ ನನ್ನೆದೆಯ ದೋಣಿ......
ಆ ಪಯಣದ ಪ್ರತಿ ಕ್ಷಣದಲ್ಲು ನೀನಿಲ್ಲದೆ ನಾನಾಗುವೆ ಮೌನಿ.......

✤✤✤

(25).ಕರಗದ ಮೌನ ತುಂಬಿದ ಕಣ್ಣಲ್ಲಿ..
ಕರಗಿದ ಮಂಜಿನ ಹನಿಯಂತೆ.......
ಕರಗುವ ಮುನ್ನ ಹಿಮದ ಹೊಳಪಿನಂತೆ
ಕಂಡಳವಳು ಬಿರುಗಾಳಿಯ ವೇಗದಂತೆ.......
ನಿನ್ನ ಕಂಡ ಮೊದಲ ಕ್ಷಣದಲ್ಲಿ ಹೊರಬಂತು ಅವಿತಿಟ್ಟ ಪ್ರೀತಿ.......
ಕಣ್ಣ ಮುಂದೆ ಬಂದು ಕಣ್ಮರೆಯಾದ ಮಾಯಗಾತಿ...
ನಿನಗಾಗಿ ಕಾದೆ ಪ್ರತಿ ದಿನ ನೀ ಬರುವ ದಾರಿಯಲ್ಲಿ.......
ಮರೆಯಲಾಗದ ಖುಷಿ ಕಾಣುವುದು ನಿನ್ನ ಕಂಡಾಗ ನನ್ನ ಕಣ್ಣಲ್ಲಿ....
ನಿನ್ನ ಕಾಣದ ಒಂದು ಕ್ಷಣ ನಿಲ್ಲುವುದು ನನ್ನುಸಿರು...
ನಿನ್ನ ಕಂಡಾಗ ನೀನಾದೆ ನನ್ನ ಪ್ರೀತಿಯ ಉಸಿರು.........
ನಿನಗಾಗಿ ಕಾಯುವ ಪ್ರತಿ ಕ್ಷಣಗಳು........
ನನ್ನ ಜೀವನದ ಕನಸಿನ ಅನ್ವೇಷಣೆಗಳು....
ಕನಸಲ್ಲಿ ಕಂಡ ಅಪ್ಸರೆಯೋ...........
ಕಣ್ಣ ಮುಂದೆ ಬಂದು ವರವಾದ ಪ್ರೀತಿಯೋ......
ನಿನ್ನ ಅಂದಕ್ಕೆ ಸರಿಸಟಿಯಾದ ಪದಗಳಿಲ್ಲ........

ಆರಾಧ್ಯ

ಪ್ರೀತಿ ಎನ್ನುವ ಪದಕ್ಕೆ ಅರ್ಥ ನೀನಾದೆಯಲ್ಲಿ.......
ನಿನ್ನನ್ನು ದಾರಿಯಲ್ಲಿ ಕಂಡು ಪ್ರೀತಿಸಿದ ಪ್ರೇಮಿ ನಾನು......
ನಿನ್ನ ಜೊತೆ ಸಪ್ತಪದಿ ತುಳಿಯಲು ನಿನಗಾಗಿ ನಾ ಕಾದಿರುವೆನು.......

❦ ❦ ❦

(26).ಕ್ಷಣಗಳೇ ತಿಳಿಯದ ಗಡಿಯಾರದಲ್ಲಿ......
ಪ್ರೀತಿಯ ಗಡಿಯಾರವಾಗಿ ನೀ ಬಂದೆ ಎದುರಲ್ಲಿ.......
ಗಡಿಯಾರದಂತೆ ಸದಾ ಸದ್ದು ಮಾಡುವವಳೇ...
ಆ ಸದ್ದಿನಿಂದಲೇ ಎದೆಯ ಬಡಿತವಾದವಳೇ...
ನನ್ನ ಎದೆಗಿಳಿದ ಮೊದಲ ಸದ್ದು ನೀನೇ.....
ಆ ಸದ್ದಿನ ಸ್ವರದ ಪ್ರೀತಿಯಾದವಳು ನೀನೇ.......
ಕಂಡಾಗ ಕಣ್ಣಲ್ಲೇ ಕಾಮನಬಿಲ್ಲನ್ನು ತೋರಿದವಳೇ......
ಆ ಕಾಮನಬಿಲ್ಲಿನ ಪ್ರತಿ ಬಣ್ಣವು ಪ್ರೀತಿಯಿಂದ ತುಂಬಿದವಳೇ.....
ನೆನ್ನೆ ಕಂಡ ಸುಂದರ ಕನಸು ನೀನೇ.....
ಕನಸು ನನಸಾಗುವ ಅದ್ಭುತವು ನೀನೇ......
ಭಾವನೆಗಳಿಲ್ಲದ ಬಾಳಲ್ಲಿ ಪ್ರೀತಿಯನ್ನು ತಂದವಳೇ......
ಆಸೆಗಳಿಲ್ಲದ ಕಣ್ಣಲ್ಲಿ ಆಶ್ವಾಸನೆಯಾಗಿ ನಿಂತವಳೇ...
ಬಣ್ಣದ ಕನಸಿಗೆ ಕವಿತೆಯಾಗಿ ಬಂದವಳೇ......
ಆ ಕನಸಿನ ಲೋಕದ ರಾಣಿಯಾಗಿ ಮೆರೆವವಳೇ.......
ನಾ ಹುಡುಕಲು ಹೊರಟೆ ಆ ಕನಸಿನ ರಾಣಿಯನ್ನು.....
ನಿನ್ನ ಕಂಡಾಗ ನನ್ನ ಕನಸನ್ನು ನಾ ಮರೆತಿರುವೆನು......
ನಿನ್ನ ಮೇಲೆ ಕಂಡ ಕನಸುಗಳೆಲ್ಲ ಸದ್ದಿಲ್ಲದೆ ಕೂತಿವೆ........
ನಿನ್ನ ಪ್ರೀತಿಯ ನೆನಪುಗಳಿಗಾಗಿ ಆ ಕನಸುಗಳು ಕಾದಿವೆ......

❦ ❦ ❦

(27) ಕಡಲ ತೀರದಲ್ಲಿ ಕಾಲಿಗೆ ಮುತ್ತಿಡುವ ಅಲೆಯಂತೆ...
ತೀರದ ಮರಳಲ್ಲಿ ಕಟ್ಟಿದ ಮನೆಗಳಂತೆ......
ಕಣ್ಣಲ್ಲೇ ಕಾಡುವ ನಿನ್ನ ಪ್ರೀತಿಯ ಕನಸುಗಳು.....
ಅವು ಮರೆಯಲಾಗದ ಅದ್ಭುತ ಕ್ಷಣಗಳು......
ಸಮುದ್ರದ ಅಲೆಗಳಲ್ಲಿ ಮೀನಿನಂತೆ ನಲಿವವಳೇ.....
ಪ್ರೀತಿಯ ಸಾಗರದಲ್ಲಿ ನನಗೆ ಜೊತೆಯಾದಳೇ.......
ನೀ ಮಾಡುವ ಪ್ರತಿ ಶಬ್ದವು ಸಂಗೀತವಾಗಿದೆ.........
ಸೌಂದರ್ಯ ಸಾಹಿತ್ಯ ನಿನ್ನಿಂದಲೆ ಆರಂಭಗೊಂಡಿದೆ.....
ಕಣ್ಣಲ್ಲೇ ಚರಿತ್ರೆ ಬರೆದವಳೇ.......
ಆ ಚರಿತ್ರೆಯ ತುಂಬ ಪ್ರೀತಿಯ ಪುಟಗಳ ತುಂಬಿದವಳೇ.......
ಆಕಾಶದಲ್ಲಿ ಹಾರಾಡುವ ಗಾಳಿಪಟದಂತೆ.......
ದಾರ ಇಲ್ಲದ ಪಟಕ್ಕ ಸಿಕ್ಕ ಸ್ವತಂತ್ರದ ಪ್ರೀತಿಯಂತೆ.........
ನನ್ನೆದೆಯ ಬಾಗಿಲ ತಟ್ಟಿದವಳೇ.......
ಆ ಬಾಗಿಲ ತಟ್ಟಿ ಪ್ರೀತಿಯಿಂದ ನನ್ನೆದೆಯ ಗೂಡು ಸೇರಿದವಳೇ......
ಜಗತನ್ನೆ ಮರೆಸುವ ಪ್ರೀತಿ ನಿನ್ನದು.......
ಆ ಪ್ರೀತಿಯನ್ನು ಹುಡುಕಲು ಹೊರಟ ಅನ್ವೇಷಣೆ ನನ್ನದು.........
ನಿನ್ನ ಪ್ರೀತಿಗಾಗಿ ಕವಿತೆಗಳನ್ನು ನಾ ಬರೆದಿರುವೆ.......
ಆ ಕವಿತೆಯ ಸಾಲನ್ನು ನಿನ್ನ ನೆನಪುಗಳಿಂದ ತುಂಬಲು ನಾ
ಕಾದಿರುವೆ......

❧❧❧

(28) .ಕ್ಷಣಗಳು ಕಳೆದರು ಕದಲದೆ ನಿಂತ ಕಲ್ಲಿನಂತೆ........
ಸಾವಿರ ವರ್ಣಗಳ ನಡುವೆ ಕಣ್ಣ ಸೆಳೆವ ಶಿಲ್ಪದಂತೆ.....
ವರ್ಣಿಸಲಾಗದ ಅದ್ಭುತ ವರ್ಣನೆಯ ವರ್ಷ ಅವಳು......
ಕಾಮನಬಿಲ್ಲಿನ ಪ್ರತಿ ರೂಪ ಅವಳು.........
ನಿನ್ನ ಕಂಡಾಗ ತಿಳಿಯದ ಹಾಡೊಂದು ಕೇಳಿತು ನನ್ನೆದೆಯಲ್ಲಿ.....

ಆ ತಿಳಿಯದ ಹಾಡಿನ ರಾಣಿ ನೀ ಬಂದೆ ನನ್ನ ಕನಸಲ್ಲಿ....
ನನ್ನ ಎದೆಗೆ ಪ್ರೀತಿಯ ಕಾಯಿಲೆಯಾಗಿ ಬಂದವಳೇ......
ಆ ಕಾಯಿಲೆಯ ಔಷಧಿ ನಿನ್ನ ಪ್ರೀತಿಯಿಂದು ನನ್ನ ಮನಸ್ಸ
ಸೇರಿದವಳೇ.......
ಸೈನ್ಯ ಇಲ್ಲದೆ ನನ್ನೆದೆಯ ದಾಳಿ ಮಾಡಿದವಳೇ.......
ನಿನ್ನ ಪ್ರೀತಿಯೆಂಬ ಆಯುಧ ಹಿಡಿದು ನನ್ನೆದೆಯ ಗೆದ್ದವಳೇ.......
ಅರಿಯದ ಆಸೆಗಳ ಜಲಪಾತವೋ.........
ಕನಸಿನ ಸಿಹಿ ಭಾವನೆಗಳ ಸಮುದ್ರವೋ........
ನೀ ಯಾರೆಂದು ಅರಿಯಲು ನನಗೆ ಸಮಯವಿಲ್ಲ...
ನನ್ನ ಸಮಯದ ಪ್ರತಿ ಕ್ಷಣವೂ ನಿನ್ನ ಊಹೆಗಳಾದವಲ್ಲ.......
ನಾ ಬರೆವ ಪ್ರತಿ ಕಥೆಯು ನಾಯಕಿಯಾಗಿ........
ಆ ಕಥೆಗಳ ಆನಂದದ ಕಾರಣಗಳಾಗಿ.......
ನಿನ್ನ ಜೊತೆ ಸಮಯ ಕಳೆಯಲು ನನ್ನ ಈ ಮನ ನಿನಗಾಗಿ ಕಾದಿದೆ......
ಪ್ರತಿದಿನ ಪ್ರತಿ ಕ್ಷಣ ನಿನ್ನ ಗುಂಗಲ್ಲಿ ನಿನ್ನ ನೆನಪಲ್ಲೆ ನನ್ನ ದಿನ
ಕಳೆದಿದೆ.....

❧❧❧

(29) ಕೊನೆಯಾಗದ ಕಾಲದ ಗಡಿಯಾರದಂತೆ...
ಕೊನೆಯಿಲ್ಲದ ಸಮುದ್ರದ ಆವೇಶದ ಅಲೆಗಳಂತೆ..
ತೀರ ಇಲ್ಲದ ಕಣ್ಣಸೆಳೆವ ಅಲೆಗಳಂತೆ..........
ಕೈಗೆ ಸಿಕ್ಕರು ಕೈ ಜಾರಿ ಹೋದ ಮೀನಿನಂತೆ..
ಕಾಲ ನಿಂತರು ನಿಲ್ಲದ ಪ್ರೀತಿಯ ಕೊಟ್ಟವಳೇ,
ಕಂಡಾಗ ಹರಿವ ನದಿಯಂತೆ ಓಡುವವಳೇ
ಅಂತರವಿಲ್ಲದ ಸಮುದ್ರದಂತೆ,,,,,,
ಅಂತ್ಯ ಇಲ್ಲದ ಆಕಾಶದಂತೆ....
ಜಗ ಮರೆಸುವ ನಗು ಅವಳದು.......

ಆ ನಗು ಕಂಡು ಜಗವನ್ನು ಮರೆತ ಕಣ್ಣು ನನ್ನದು.........

ಸಮಯ ತಿಳಿಯದೆ ಕಣ್ಣಸೆಳೆವ ಗೊಂಬೆಯವಳು........

ಅಂದದ ಗೊಂಬೆಗಳ ಅರಸಿಯಾದವಳು.........

ಏಕಾಂಗಿ ಜೀವನ ಕಳೆವ ಸಮಯದಲ್ಲಿ.......

ನನ್ನ ಜೀವದ ಏಕಾಂಗಿ ಪದವು ಅಳಿಸಿ ಬಂದೆ ಎದುರಲ್ಲಿ.......

ನಿನಗಾಗಿ ತಪಸ್ಸು ಮಾಡಲು ನಾ ಖುಷಿಯಲ್ಲ......

ತಪಸ್ಸು ಮಾಡದೆ ಒಲಿದ ದೇವತೆ ನೀನಾದೆಯಲ್ಲ.....

ನಿನ್ನ ಹೊಗಳಲು ನಿನಗಾಗಿ ಕಾದಿವೆ ನಾ ಬರೆದ ಪುಸ್ತಕಗಳು......

ನಿನ್ನ ಪ್ರೀತಿಯ ಆಗಮನಕ್ಕಾಗಿ ಕಾದಿದೆ ಅದರ ಪ್ರತಿ ಹಾಳೆಯ

ಅಕ್ಷರಗಳು.....

❧❧❧

(30) ಮುಂಗಾರು ಮಳೆಯಲ್ಲಿ ಇಣುಕಿ ನೋಡುವ ಸೂರ್ಯನಂತೆ......

ಆ ಕಿರಣಗಳಿಂದಲೇ ಮೂಡಿ ಬಂದ ಕಾಮನಬಿಲ್ಲಿನಂತೆ........

ಕಂಡರು ಕಾಣದೆ ಇಣುಕಿ ಕೊಲ್ಲುವವಳೇ........

ಅರಿಯದೆ ಆರಾಧ್ಯ ದೇವತೆಯಾದವಳೇ......

ನೀ ನಡೆವ ಪ್ರತಿ ಹೆಜ್ಜೆಯು ಮುತ್ತಿನಂತೆ ಮರಳ ಮೇಲೆ

ಗುರುತಾಗಿದೆ.....

ಆ ಪ್ರತಿ ಹೆಜ್ಜೆಯ ಹಿಂದೆ ಹಿಂಬಾಲಿಸುವ ಹೆಜ್ಜೆ ನನ್ನದಾಗಿದೆ......

ನಿದ್ದೆ ಬರುವ ಮುನ್ನ ನಾ ಬರೆವ ಕವಿತೆಯು ನೀನೇ.....

ನಿದ್ದೆಯಲ್ಲಿ ಕಾಡುವ ಕನಸು ನೀನೇ.......

ಕಣ್ಣೋಟದಲ್ಲಿ ಆಕಾಶವ ಅವಿತಿಟ್ಟವಳೇ........

ಆ ಆಕಾಶದ ಪ್ರೀತಿಯ ನನಗೆ ನೀಡದೆ ಕಾಯಿಸುತ್ತಿರುವವಳೇ.......

ತಿಳಿಯದ ಆಸೆಯು ನೀನೇ.......

ತಿಳಿದರು ಕಾಡುವ ಅಂದದ ಪ್ರೀತಿಯು ನೀನೇ.......

ನಿನಗಾಗಿ ಪ್ರತಿ ಜನ್ಮದಲ್ಲು ಹುಟ್ಟಿ ಬರುವ ಪ್ರೇಮಿ ನಾನಲ್ಲ......

ಆದರೆ ಈ ಜನ್ಮದ ಕೊನೆವರೆಗು ನಿನಗಾಗಿ ನಾ ಕಾಯುವೆನಲ್ಲ.....
ನಿನ್ನ ಪ್ರತಿ ಖುಷಿಯ ಕಾರಣ ನಾನಲ್ಲ........
ಆದರೆ ನಿನ್ನ ಕಣ್ಣೀರ ಕಾವಲಾಗಿ ನಿಲ್ಲುವೆನಲ್ಲ.....
ನಿನ್ನ ಕಂಡಾಗ ನನ್ನನ್ನು ನಾ ಮರೆತ ಕ್ಷಣಗಳು......
ಆ ಕ್ಷಣಗಳು ಮತ್ತೆ ಬರಲೆಂದು ಕಾದಿವೆ ನನ್ನ ಈ ಕಣ್ಣುಗಳು......

❧❧❧

(31) ಸಾವಿರ ಸಾಹಿತ್ಯಗಳ ಮಧುರವಾದ ಸಾಲುಗಳಂತೆ.......
ಸಾವಿರ ಅಲೆಗಳ ಖುಷಿಯ ಸಮುದ್ರದಂತೆ.......
ಸೌಂದರ್ಯ ಸಾಧನೆಗಳ ರಾಣಿಯಾದವಳೇ......
ಆ ಅಂದದಿಂದಲೇ ನನ್ನ ಎದೆಯ ಅರಮನೆ ಸೇರಿದವಳೇ........
ದೇವಲೋಕದ ಸೌಂದರ್ಯವೋ.........
ಆ ಸೌಂದರ್ಯದ ಸಾಹಿತ್ಯವೋ......
ನಿನ್ನ ಹುಡುಕಲು ಈ ಭೂಮಿ ಸಾಲುವುದಿಲ್ಲ.....
ಈ ಭೂಮಿಗಿಳಿದ ದೇವತೆ ನೀನಾದೆಯಲ್ಲ.......
ದೇವರ ಅಂದದ ಸೃಷ್ಟಿಯೋ.......
ಇಲ್ಲ ನನ್ನೆದೆಯ ಪ್ರೀತಿ ಸಾಮ್ರಾಜ್ಯದ ರಾಣೆಯೋ.......
ನಿನ್ನ ಹೆಸರ ಪ್ರತಿ ಅಕ್ಷರ ತಿಳಿಯಲು ಕಾದಿವೆ ನನ್ನ ಮನಸ್ಸಿನ
ಕಿವಿಗಳು......
ಆ ಹೆಸರ ತಿಳಿಯದೆ ಕನಸ ಕಂಡಿವೆ ನನ್ನ ಈ ಕಣ್ಣುಗಳು........
ನಿನ್ನ ನೋಡಲು ಕತ್ತಲಲ್ಲಿ ಕಾಯುವ ಚಂದ್ರನು ನಾನೇ....
ನಿನ್ನ ಹಗಲಲ್ಲು ಬಿಡದೆ ಕಾಡುವ ಸೂರ್ಯನು ನಾನೇ.....
ನಕ್ಷತ್ರಗಳು ನಾಚುವ ಕಣ್ಣವಳೇ.......
ಕಣ್ಣ ಹೊಳಪಲ್ಲೆ ನನ್ನ ಕನಸಿನ ನಕ್ಷತ್ರವಾದವ......
ಸಂಗೀತದ ಸಿರಿಯೋ.......
ಸಪ್ತ ಸ್ವರಗಳ ಸುರಿಮಳೆಯೋ........

ನನ್ನ ಹಾಡಿನ ಮೊದಲ ಸಾಲು ನಿನ್ನ ಅಂದದಿಂದ ಆರಂಭವಾಗಿದೆ........
ನನ್ನ ಜೀವನದ ಕೊನೆಯ ಸಾಲು ನಿನ್ನ ಪ್ರೀತಿಯಿಂದ ತುಂಬಲು
ನನ್ನೆದೆಯು ಕಾದಿದೆ......

❧❧❧

(32) ಕನಸ ಕಟ್ಟಿಕೊಂಡು ಬದುಕುತ್ತಿರುವ ಕಣ್ಣುಗಳ ಮಧ್ಯದಲ್ಲಿ......
ಕನಸುಗಳ ಕಣ್ಣಲ್ಲಿ ಪ್ರೀತಿಯ ಹೊತ್ತು ನೀ ಬಂದೆ ಎದುರಲ್ಲಿ......
ಕನಸುಗಳ ಉಸಿರಾಗಿ.......
ಆ ಕನಸಿನ ಸಿಹಿ ಪಾತ್ರವಾಗಿ........
ನನ್ನ ನಿದ್ದೆ ಕೆಡಿಸಲು ಹುಟ್ಟಿ ಬಂದ ಅಂದದ ರಾಕ್ಷಸಿಯೋ......
ಕನಸಲ್ಲು ಬಿಡದೆ ಕಾಡುವ ಮಾಯಗಾತಿಯೋ.......
ಅತಿಲೋಕ ಸುಂದರಿ ನೀನಲ್ಲ..........
ಆದರೆ ಅತಿಲೋಕ ಸುಂದರಿ ನಿನ್ನ ಅಂದಕ್ಕೆ ತಲೆ ಬಾಗುವಳಲ್ಲ......
ನನ್ನ ಜೀವನದ ನವ ಯುಗಾದಿಯು ನೀನೇ.........
ನನ್ನ ಎದೆಯ ಬೆಳಗಲು ಬಂದ ದೀಪಾವಳಿಯು ನೀನೇ.......
ಸಂಕ್ರಾಂತಿಯ ಸಿಹಿಯ ತಂದು ಕೊಡುವವಳೇ .....
ದಸರ ಗೊಂಬೆಯಂತೆ ನಲಿವವಳೇ....
ಮುಂಜಾನೆ ಮಂಜಿನಂತೆ ನನ್ನೆದೆಯ ಕವಿದವವಳೇ.........
ಮಳೆ ಹನಿಯ ಖುಷಿಯವಳೇ.........
ಕರೆಯದೆ ಬಂದ ನನ್ನೆದೆಯ ಅತಿಥಿಯು ನೀನೇ......
ಕೇಳದೆ ದೇವರು ಕೊಟ್ಟ ವರವು ನೀನೇ.......
ನಿನಗಾಗಿ ಕಾದಿವೆ ನಾ ಬರೆದ ಪ್ರೀತಿಯ ಕಾಗದಗಳು......
ನಿನಗೆ ನೀಡಲಾಗದೆ ತಡೆಯುತಿವೆ ನಿನ್ನ ಅಂದದ ಕಣ್ಣುಗಳು...
ನಿನ್ನ ನೋಡದ ಆ ಕ್ಷಣಗಳು.........
ಕಣ್ಣ ರೆಪ್ಪೆ ಬಡಿಯದಂತೆ ಕಾಯುವವು ನಿನಗಾಗಿ ನನ್ನ ಕಣ್ಣುಗಳು......

❧❧❧

(33) ಕವಿತೆಗಳ ಅರಿಯದವನು ಕವಿ ಆದಂತೆ........
ಕವಿತೆಗಳ ಅರ್ಥ ತಿಳಿಯದೆ ಕವಿತೆಗಳು ಬರೆದಂತೆ.....
ನಿನ್ನ ಅಂದಕ್ಕೆ ಮನಸೋತ ಕವಿ ನಾನು......
ನಿನ್ನ ಕಣ್ಣುಗಳಿಂದಲೇ ಕವಿತೆಗಳ ಅರಿತವನು ನಾನು......
ನಾ ಕಂಡ ಪ್ರೀತಿಯ ಕನಸವಳೇ......
ಕನಸ ಕಾಣಲು ಸ್ಫೂರ್ತಿಯು ಅವಳೇ.......
ನನ್ನ ಗೆಲುವಿನ ಖುಷಿಯು ನೀನೇ......
ನನ್ನ ಸೋಲಿನಿಂದ ಗೆಲ್ಲುವ ಮೆಟ್ಟಿಲು ನೀನೇ......
ನಿನ್ನ ಕಾಣಲು ಸಪ್ತ ಸಮುದ್ರ ದಾಟುವವನು ನಾನಲ್ಲ.....
ನಿನ್ನ ಅಂದಕ್ಕೆ ನತ್ತ ಸಮುದ್ರಗಳು ಸೋಲುವವಲ್ಲಾ.....
ವರ್ಣನೆಯಿಲ್ಲದ ಗೊಂಬೆಯೋ.......
ವರ್ಣಿಸಲಾಗದ ಅಂದದ ಸಮುದ್ರಗಳ ಅಲೆಯೋ....
ಅಂದದ ಕಥೆಗಳ ನಾಯಕಿಯೋ.......
ಕಣ್ಣಸೆಳೆವ ನಕ್ಷತ್ರಗಳ ರಾಣಿಯೋ
ನಿನ್ನ ಹೊಗಳಲು ನಾ ಹುಡುಕದ ಪದಗಳಿಲ್ಲ.......
ಎಷ್ಟು ಹೊಗಳಿದರು ಅಂತ್ಯವಿಲ್ಲದ ಸೌಂದರ್ಯ ನೀನಾದೆಯಲ್ಲ....
ಸ್ವರ್ಗದಿಂದ ಜಾರಿದ ಕಣ್ಣಸೆಳೆವ ಅಂದವೋ........
ನನ್ನ ಜೀವನದ ಅದ್ಭುತವೋ.........
ನೀ ಸಿಗುವವರೆಗು ನಿನ್ನ ಗುಂಗಲ್ಲಿ ನಾ ಕಾಲ ಕಳೆವೆನು ...
ನಾ ಸತ್ತಮೇಲೂ ನಿನಗಾಗಿ ಸ್ವರ್ಗದಲ್ಲು ನಾ ಕಾಯುವೆನು.......

***

(34) ಸಾವಿರ ಕವಿತೆಗಳ ಅದ್ಭುತ ವರ್ಣನೆಯಂತೆ.......
ಆ ಕವಿತೆಗಳ ಪ್ರೀತಿಯ ಭಾವನೆಗಳಂತೆ.........

ಚಲಿಸುವ ಮೋಡಗಳಂತೆ ಸಾಗುತ್ತಿರುವ ಜೀವನದಲ್ಲಿ....

ಕಾಲವೆ ನಿಲ್ಲುವಂತೆ ಬಂದೆ ನೀ ಎದುರಲ್ಲಿ..

ಕನಸ ಕದಿವ ಚೋರಿಯೋ........

ಕನಸ ಆಳುವ ರಾಜಕುಮಾರಿಯೋ........

ನಗುವಿನ ಪದದ ಅರ್ಥವಾದವಳೋ..

ಜಗದ ನಗುವನ್ನು ತುಟಿಯಲ್ಲಿ ಅವಿತಿಟ್ಟವಳೋ.......

ನಿನ್ನ ನೆನೆಯದೆ ಆರಂಭವಾಗದು ನನ್ನ ದಿನಗಳು.......

ನನ್ನ ನಗುವನ್ನು ಕಾಣದೆ ನೆನಪಿಗೆ ಬಾರದು ನನ್ನ ಜೀವನದ ಖುಷಿಯ

ಕ್ಷಣಗಳು........

ನನ್ನ ಪ್ರೀತಿಯ ಕೋಪವು ನೀನೇ.......

ನನ್ನ ತಾಳ್ಮೆಯ ತಂಗಾಳಿಯು ನೀನೇ....

ನಿನ್ನ ಮುಂಗುರುಳ ಸನ್ನೆಯಲ್ಲಿ ಕಾಣುವ ಕಣ್ಣುಗಳು......

ಆ ಕಣ್ಣುಗಳು ಸಾಕು ನನ್ನ ನಿದ್ದೆ ಕೆಡಿಸಲು,........

ಕತ್ತಲಲ್ಲಿ ಕನಸಾಗಿ........

ಹಗಲಲ್ಲಿ ನೆನಪಿನ ಊಹೆಗಳಾಗಿ.......

ಸಮಯ ತಿಳಿಯದಂತೆ ನಿನ್ನ ನೋಡುತ್ತಿವೆ ನನ್ನ ಕಣ್ಣುಗಳು........

ಆ ಅಂದವನ್ನು ನೆನೆದು ಕಳೆದಿವೆ ನನ್ನ ಪ್ರತಿ ಕ್ಷಣಗಳು.......

ನಿನಗಾಗಿ ನಾ ಕವಿತೆಗಳ ಬರೆದಿರುವೆ.........

ಆ ಕವಿತೆಗಳ ಪ್ರೀತಿಯನ್ನು ಪಡೆಯಲು ನಾ ಕಾದಿರುವೆ........

❧❧❧

(35) ಸಾವಿರ ನಕ್ಷತ್ರಗಳ ಹೊಳೆವ ಬೆಳಕಿನಂತೆ........

ಆ ನಕ್ಷತ್ರಗಳ ಮಧ್ಯದಲ್ಲು ಮೆರೆವ ಚಂದ್ರನಂತೆ........

ಅಳುವ ಮಗು ಅಳುವುದನ್ನು ನಿಲ್ಲಿಸುವುದು ಕಂಡು ಆ ಚಂದ್ರನನ್ನು......

ನಿನ್ನ ಕಂಡು ದುಃಖ ಮರೆತ ಮಗು ನಾನು......

ನನ್ನ ಪ್ರೀತಿಯ ಚಂದ್ರ ನೀನು.......

ನಿನ್ನ ನೋಡಲು ಹಗಲೆಲ್ಲ ಕಾದು ಬರುವ ಕತ್ತಲು ನಾನು.....

ಕಷ್ಟಗಳಲ್ಲು ನಗುವ ನಗು ಮುಖದವಳೇ......

ನಿನ್ನ ನಗುವಿನಿಂದಲೇ ನನ್ನ ಗಮನ ಸೆಳೆದವಳೇ.......

ಸೃಷ್ಟಿಯ ಕಣ್ಣಸೆಳೆವ ಅಂದ ಆ ಚಂದ್ರ.......

ನಿನ್ನ ಅಂದ ಕಂಡು ನಿನಗಾಗಿ ಧರೆಗಿಳಿವನು ಇಂದ್ರ...

ಸ್ವರ್ಗದ ಅಂದಕ್ಕೆ ಪ್ರತಿ ರೂಪವೋ......

ಇಲ್ಲ ಸ್ವರ್ಗದಿಂದ ನನಗೆ ದೊರೆತ ವಜ್ರವೋ......

ಜಗವ ಸುತ್ತಲು ಶ್ರೀಮಂತ ನಾನಲ್ಲ........

ಆದರೆ ಈ ಜಗವನ್ನು ನಿನ್ನ ಕಣ್ಣಲ್ಲಿ ಕಂಡವಲ್ಲ...

ನಿನ್ನ ಪ್ರತಿ ಹೆಜ್ಜೆಗಾಗಿ ಪೃಥ್ವಿಯು ಹೂವಿನಂತೆ ಕಾದಿದೆ.........

ಏಕೆಂದರೆ ನೀ ಇಡುವ ಪ್ರತಿ ಹೆಜ್ಜೆಯು ಈ ಧರೆಗೆ ಮುತ್ತಂತಾಗಿದೆ......

ನನ್ನ ಕನಸಿನ ಪ್ರತಿ ಆಸೆಯು ನಿನ್ನ ಪ್ರೀತಿಯಾಗಿದೆ.......

ನಿನ್ನ ಜೊತೆ ಪ್ರೀತಿಯಿಂದ ಸಮಯ ಕಳೆಯಲು ನನ್ನೆದೆಯು
ಬಡಿದುಕೊಳ್ಳುತಿದೆ.......

❧❧❧

(36) ಕಾಮನಬಿಲ್ಲಿನಂತೆ ಬಣ್ಣ ಬಣ್ಣದ ಪ್ರೀತಿಯ ತೋರುವ ಜನರ
ಮಧ್ಯದಲ್ಲಿ......

ಪ್ರೀತಿಯಿಂದ ನೋಡುವ ಕಣ್ಣುಗಳಿಲ್ಲ ಎದುರಲ್ಲಿ......

ಪ್ರೀತಿಯಿಲ್ಲದ ಎದೆಯಲ್ಲಿ ಪ್ರೀತಿಯ ದೇವತೆಯಾಗಿ ಬಂದವಳೋ.....

ನನ್ನ ಜೀವಕ್ಕೆ ಜೀವವಾಗಿ ನಿಂತವಳೋ........

ನನ್ನ ಎದೆಯಲ್ಲಿ ಪ್ರೀತಿಯಾಗಿ ಹುಟ್ಟಿದ ಕವಿತೆಯೋ.......

ಕಂಡ ಮೊದಲ ಕ್ಷಣದಲ್ಲಿ ಮನಸ ಗೆದ್ದ ಮಾಯಗಾತಿಯೋ......

ಯಾವ ಅಂದಕ್ಕೂ ತಲೆ ಬಾಗದ ನನ್ನ ಕನಸುಗಳು......

ಕಪ್ಪು ಮೋಡಗಳ ನಡುವೆ ಮಿಂಚುವ ಚಂದ್ರನ ತಂಗಿಯೋ......

ಇಲ್ಲ ಆ ಮೋಡಗಳ ತುಂಬಿದ ನಕ್ಷತ್ರಗಳ ಅರಸಿಯೋ......

ನಿನ್ನ ಕಂಡಾಗ ರೆಪ್ಪೆ ಬಡಿಯದಂತೆ ನಿನ್ನ ನೋಡುತಿವೆ ನನ್ನ
ಕಣ್ಣುಗಳು.....
ನಿನ್ನ ನೆನೆದಾಗ ತಿಳಯದ ಖುಷಿಯೊಂದು ಕಾಣುವುದು ನನ್ನ
ಮುಖದಲ್ಲಿ.....
ಕಾರಣವಿಲ್ಲದ ಖುಷಿಯ ಪ್ರೀತಿ ಕಂಡೆ ನನ್ನ ಕಣ್ಣಲ್ಲಿ...
ಭೂಮಿ ಮೇಲೆ ಚಂದ್ರನ ನಾ ಕಂಡಿಲ್ಲ.......
ಆದರೆ ಆ ಚಂದ್ರನನ್ನು ಮರೆಸುವ ಅಂದ ನಿನ್ನದಾಯಿತಲ್ಲ......
ಹೂವಿನ ನಗೆಯ ಬೀರುವ ನಿನ್ನ ತುಟಿಗಳು.......
ಆ ನಗೆಯ ಕಂಡು ಮೊದಲಾದವು ನನ್ನ ಸಿಹಿ ಕಲ್ಪನೆಗಳು.......
ಅಂದದ ಕನಸಿನ ಕಲ್ಪನೆಯ ರಾಣಿ ನೀ ಎಲ್ಲಿರುವೆ......
ಕೋಟಿ ಆಸೆಗಳ ಹೊತ್ತು ನಿನಗಾಗಿ ನಾ ಕಾದಿರುವೆ..

2. ಕಣ್ಣಲ್ಲಿ ಕಣ್ಣಾಗಿದ್ದ ಪ್ರೀತಿ ಕಣ್ಣೀರಾಗಿ ಜಾರಿದ ಪ್ರೀತಿ... ಮರೆಯಾದ ಪ್ರೀತಿಯ ನೆನಪಿನ ಭಾವನೆಗಳು ಆ ನೋವಿನ ಕವಿತೆಗಳು

(1).ಕಣ್ಣೆಂಬ ಕಡಲಲ್ಲಿ ಕಣ್ಣೀರಾಗಿ ಜಾರಿದವಳೇ...

ಪ್ರೀತಿಯೆಂಬ ಹೆಸರಲ್ಲಿ ಎದೆಯ ಚೂರು ಮಾಡಿದವಳೇ.....

ಹೃದಯದಲ್ಲಿ ನೋವನ್ನು ತುಂಬಿದವಳೇ.....

ಪ್ರೀತಿಯ ನೀ ಕೊಟ್ಟೆ....

ನೋವನ್ನು ನೀನೇ ತಂದು ಕೊಟ್ಟೆ......

ನೀನು ಬಿಟ್ಟ ನೆನಪು ನನ್ನದು.....

ನಿನ್ನ ಮೇಲೆ ಕಂಡ ಕನಸು ನನ್ನದು...

ನೀ ಬಿಟ್ಟು ಹೋದ ನೋವು ಕೂಡ ನನ್ನದು....

ನಿನ್ನ ನೆನಪು ನನ್ನ ಬಳಿ ಇದೆ ಆದರೆ ನೀನಿಲ್ಲ.......

ನೀ ಕೊಟ್ಟ ಸವಿ ಕನಸುಗಳು ಇದೆ ಆದರೆ ನಿನ್ನ ಪ್ರೀತಿ ಇಲ್ಲ.....

ಪ್ರೀತಿಯ ಕೋಟೆ ಕಟ್ಟಿದೆ ನಾನು.....

ಆದರೆ ಆ ಕೋಟೆಯನ್ನು ನೋವಿನಿಂದ ತುಂಬಿದೆ ನೀನು....

ನಿನ್ನ ನೆನಪಲ್ಲಿ ನಾನಿರುವೇ.......

ನಿನ್ನ ನೋವಿನಲ್ಲಿ ನಾ ದಿನ ಕಳೆದಿರುವೆ.....

(2).ನನ್ನ ದುಃಖಗಳ ಆಸರೆಯೂ ನೀನು....
ನನ್ನ ಹೃದಯದಲ್ಲಿ ಬರೆದ ಹೆಸರು ನೀನು....
ಎದೆಯಲ್ಲಿ ಉಳಿದ ನೆನಪು ನೀನು....
ನಾ ಕೂಡಿಟ್ಟ ಕನಸೆಲ್ಲ ಒಡೆದವಳು ನೀನು.....
ನಿನ್ನನ್ನು ನಾ ದ್ವೇಷಿಸಲಾರೆ ಏಕೆಂದರೆ ನೀ ನನ್ನ ರಾಣಿ......
ನಿನ್ನನ್ನು ನಾ ಮರೆಯಲಾರೆ ಏಕೆಂದರೆ ನೀ ನನ್ನ ಪ್ರೀತಿಯ ಹನಿ...
ಧರೆಗಿಳಿದ ಮಳೆ ಹನಿಯು ನೀನು.........
ಏಕೆಂದರೆ ಆ ಮಳೆ ಹನಿ ಮರೆಮಾಚಿತು ನನ್ನ ದುಃಖವನ್ನು....
ನನ್ನ ಎದೆಗಿಳಿದ ಮೊದಲ ಮಳೆಯೂ ನೀನೇ.....
ಆ ಮಳೆ ಬಿಟ್ಟು ಹೋದ ಕೊನೆ ಹನಿಯು ನೀನೇ....
ಪ್ರೀತಿಯ ಮಳೆಯಲ್ಲಿ ನಾ ನೆನೆದೆ......
ಆ ಮಳೆಯಲ್ಲಿ ಖುಷಿಯನ್ನು ನಾ ಕಂಡೆ.......
ದುಃಖವನ್ನು ನಾ ಮರೆತೆ...
ನನ್ನ ಪ್ರೀತಿಯನ್ನು ನೀ ಮರೆತೆ......
ದುಃಖದ ಮಳೆಯಲ್ಲಿ ನೆನೆದಿರುವೆ.....
ನೀ ಮತ್ತೆ ಬರುವೆ ಎಂದು ನಾ ಕಾಯುತಿರುವೆ......
ನೀ ಬಿಟ್ಟು ಹೋದ ನೆನಪು....
ಅದೇ ನನ್ನ ಜೀವನದಲ್ಲಿ ಕಂಡ ಕೊನೆಯ ನೆನಪು.....

❧❧❧

(3). ಕಣ್ಣೀರಿಲ್ಲದ ಕಣ್ಣು ನನ್ನದಲ್ಲ.....
ಕಡಲು ಬಿಟ್ಟು ಹೋದ ಅಲೆಯು ನಾನಲ್ಲ.....
ಬೆಳಕಿಲ್ಲದ ದೀಪವು ನನ್ನದಲ್ಲ......
ಬೆಳಕಿದ್ದರು ಕತ್ತಲಾದ ಜೀವನವು ನನ್ನದು....
ಪ್ರೀತಿ ಇದ್ದರು ಪ್ರೀತಿಯನ್ನು ಕಾಣದ ಬದುಕು ನನ್ನದು....

ಜೀವ ಇದ್ದರು ಬಡಿತ ಇಲ್ಲದ ಹೃದಯ ನನ್ನದು.....

ಕತ್ತಲೆಯಿಂದ ಬೆಳಕಿನತ್ತ ಕರೆತಂದ ಪ್ರೀತಿ ನಿನ್ನದು....

ಕಣ್ಣಿಂದ ಜಾರಿದ ಪ್ರತಿ ಕಂಬನಿಯ ಕಥೆಯು ನೀನೇ....

ನಾ ಕಂಡು ಕೊಂಡ ಪ್ರೀತಿಯ ಕಣ್ಣು ನೀನೇ.......

ನಿನ್ನ ಒಂದು ಕ್ಷಣದಲ್ಲು ನಾನಿಲ್ಲ....

ನೀನಿಲ್ಲದ ಒಂದು ಕ್ಷಣ ನನ್ನ ಜೀವನದಲ್ಲಿಲ್ಲ....

ನನ್ನ ಹೃದಯವು ನೀನೇ.......

ಅದರ ಬಡಿತವು ನೀನೇ.......

ನನ್ನ ಹೃದಯ ಬಡಿದು ಕೊಳ್ಳುವ ಪ್ರತಿ ಬಡಿತ ನಿನ್ನ ಹೆಸರು....

ಆ ಬಡಿತ ನಿಲ್ಲುವ ಮುನ್ನ ನನ್ನೆದೆಯ ಗೂಡು ನೀ ಸೇರು.....

❧❧❧

(4).ಎದೆಯೆಂಬ ಪುಸ್ತಕದಲ್ಲಿ ಬರೆದ ಪ್ರತಿ ಚಿತ್ರವು ನೀನು....

ದುಃಖದಲ್ಲಿ ನೆನೆದ ಪ್ರತಿ ಹಾಳೆಯೂ ನೀನು.....

ಪುಸ್ತಕದ ಆರಂಭದಲ್ಲಿ ಬರುವ ಅಧ್ಯಾಯ....

ನನ್ನೆದೆ ರಾಣಿಯ ಪರಿಚಯ........

ನಿನ್ನ ಮೊದಲ ಮಾತು ನಾ ಮರೆತಿಲ್ಲ.....

ನನ್ನ ಕೊನೆಯ ಉಸಿರಲ್ಲಿ ನೀ ನನ್ನ ಬಳಿ ಇಲ್ಲ....

ಉಸಿರಾಡುವುದನ್ನು ಯಾರು ಕಲಿಸುವುದಿಲ್ಲ.....

ಆದರೆ ನೀ ಹೊರಟ ಮೇಲೆ ನನ್ನ ಉಸಿರೆ ಇಲ್ಲ.....

ಪ್ರತಿ ಕ್ಷಣದಲ್ಲು ನಾನಿರುವೆನೆಂದು ಕೊಟ್ಟ ಮಾತು ನಾ ಮರೆತಿಲ್ಲ....

ಆದರೆ ಆ ಮಾತು ಕೊಟ್ಟ ನೀ ನನ್ನ ಬಳಿ ಇಲ್ಲ....

ನೀನಿಲ್ಲದೆ ಆರಂಭವಾದ ಈ ನನ್ನ ಬದುಕು...

ನಿನ್ನಿಂದಲೇ ಕೊನೆಯಾಗಲಿದೆ ಈ ನನ್ನ ಬದುಕು.....

ಕಣ್ಣೀರಿನ ಪ್ರತಿ ಕಂಬನಿ ನಿನಗಾಗಿ ಕಾದಿದೆ......

ಪ್ರತಿ ಹನಿಯು ನಿನ್ನ ಹೆಸರನ್ನು ಕರೆಯುತ್ತಿದೆ....

ನಿನ್ನ ಉಸಿರಲ್ಲಿ ನಾನಿರುವೆ.....
ಉಸಿರು ನಿಲ್ಲುವ ಮುನ್ನ ನಿನ್ನ ನೋಡಲೆಂದು ಕಾದಿರುವೆ......

❧❧❧

(5).ಸಮುದ್ರದ ಅಲೆಯೊಂದು ಅಳಿಸಿತು ಏಡಿಯ ಹೆಜ್ಜೆಯನ್ನು .....
ಅದೇ ತೀರದಲ್ಲಿ ಕುಳಿತು ಅಳುತಿದ್ದರು ಒರೆಸಲಿಲ್ಲ ಯಾರು ನನ್ನ
ಕಣ್ಣಗಳನ್ನು......
ಸಮುದ್ರದ ಅಲೆಗಳಿಗೆ ಕೊನೆಯೇ ಇಲ್ಲ......
ನೀನು ಬಿಟ್ಟು ಹೋದ ನೋವಿಗೂ ಅಂತ್ಯ ಇಲ್ಲ....
ನಿನ್ನ ನೆನೆದಾಗಲೆಲ್ಲ ಅಳಲು ಕಣ್ಣಲ್ಲಿ ಕಣ್ಣೀರು ಇಲ್ಲ.....
ನಿನ್ನ ನೆನೆದು ಅತ್ತು ಅತ್ತು ಕಣ್ಣಿಲ್ಲ ಕೆಂಪಾಗಿದೆ.....
ನೀ ಇಲ್ಲದ ನನ್ನೆದೆ ನಿನ್ನ ನೆನಪಿನ ಕಡಲಾಗಿ ತುಂಬಿದೆ......
ನಿನ್ನ ಜೊತೆ ಕಳೆದ ನೆನಪು ಮರೆಯಲು ಸಾಧ್ಯವಿಲ್ಲ...
ನಿನ್ನ ಮರೆಯಲು ನನ್ನ ಎದೆಯು ನನ್ನನ್ನು ಬಿಡುತಿಲ್ಲ......
ಹೇಳಲಾಗದ ನೋವು ನೀ ಕೊಟ್ಟು ಹೋದೆ.......
ನಿನಗಾಗಿ ಈಗಲು ಬಡಿದು ಕೊಳ್ಳುತ್ತಿರುವುದು ನನ್ನೆದೆ.....
ನಿನ್ನ ಮೇಲಿಟ್ಟ ನಂಬಿಕೆಯು ಕಮ್ಮಿಯಾಗಿಲ್ಲ.......
ನಿನಗೆ ನಾ ಕೊಟ್ಟ ಪ್ರೀತಿಯು ನಿನ್ನ ಬಳಿ ಇಲ್ಲ......
ನಿನ್ನನ್ನು ಪ್ರೀತಿಯ ದೇವತೆಯೆಂದು ನಾ ತಿಳಿದಿದ್ದೆ......
ಆದರೆ ನಾ ತಿಳಿದ ದೇವತೆ ನೀ ನನ್ನ ಮರೆತು ಹೋದೆ.....
ಉಸಿರನ್ನು ಬಿಗಿ ಹಿಡಿಯಲು ಬಾರದ ನಾನು.....
ಉಸಿರಾಡುವುದನ್ನೇ ಮರೆತಿರುವೆನು........
ನಿನಗಾಗಿ ನಾ ಕವಿತೆ ಬರೆದೆ.........
ನಿನ್ನ ಪ್ರೀತಿಯಿಂದ ನಾ ಕವಿ ಆದೆ........
ನಿನಗಾಗಿ ಬರೆದಿರುವೆ ಈ ಮರೆಯಲಾಗದ ಕವಿತೆ......

ನಾ ಸಾಯುವ ಮುನ್ನ ನಿನಗೆ ನನ್ನ ಕೊನೆಯ ಉಡುಗೊರೆ ನನ್ನ ಈ
ಸಾವಿನ ಕವಿತೆ......

(6).ಕಡಲ ಅಲೆಯೊಂದು ಸುನಾಮಿಯಾಗಿ ನಿಂತಂತೆ........
ಹರಿವ ನದಿಯೊಂದು ಉಕ್ಕಿ ಪ್ರವಾಹವಾದಂತೆ.......
ನೀ ಬಿಟ್ಟು ಹೋದಾಗ ಎದೆಯ ಬಡಿತಗಳು......
ಕೊನೆಯಾದಗ ಕಣ್ಣೀರ ಕಂಬನಿಗಳು.......
ಯಾರಿಲ್ಲದ ಕತ್ತಲಲ್ಲಿ ಏಕಾಂಗಿ ಮಾಡಿದವಳೇ.......
ಕತ್ತಲೆಯ ಕೋಣೆಯಲ್ಲಿ ನನ್ನನ್ನು ನೂಕಿದವಳೇ.....
ಕತ್ತಲಲ್ಲಿಯು ನಿನ್ನ ನೆನಪು ಬಿಟ್ಟು ಬೇರೇನೂ ಕಾಣುತ್ತಿಲ್ಲ......
ಆ ಕೋಣೆಯಲ್ಲಿ ನೀ ಕೊಟ್ಟ ನೆನಪಿಗಿಂತ ನೋವು ತುಂಬಿದೆಯಲ್ಲ......
ಎದೆಯಲ್ಲಿ ಉಳಿದ ಕನಸುಗಳು.......
ನಿನ್ನ ಮೇಲೆ ಬರೆದ ಪ್ರೀತಿಯ ಕವನಗಳು.......
ಮರೆಯಲಾಗದ ನಿನ್ನ ನೆನಪುಗಳು.......
ಸದಾ ನನ್ನಲೆಯನ್ನು ಕಾಡುತಿದೆ ನಿನ್ನ ಪ್ರೀತಿಯ ಕಣ್ಣುಗಳು....
ನಿನ್ನ ನೋವಿಗೆ ಖುಷಿಯ ಗೋಡೆಯ ನಾ ಕಟ್ಟಿದೆ......
ನನ್ನ ನೋವಿಗೆ ನಿನ್ನ ಪ್ರೀತಿ ಕೊಡದೆ ದೂರ ಹೋದೆ.......
ಕತ್ತಲೆಯ ಜೀವನ ನನ್ನದಲ್ಲ........
ನನ್ನ ಜೀವನದೆ ಕತ್ತಲಾಗಿ ಮಾಡಿದೆಯಲ್ಲ........
ನಿನಗಾಗಿ ಕಾದು ನಾ ಸೋತಿರುವೆ.......
ಸಾವಿನ ಕೊನೆಯಲ್ಲಿಯೂ ಸಾವಿನ ಜೊತೆಯಲ್ಲಿಯೂ ನೀ ಕೊಟ್ಟ
ನೆನಪುಗಳೊಂದಿಗೆ ನಾ ಸಾಯುತ್ತಿರುವೆ.......

(7).ಕತ್ತಲು ಕವಿದ ಸಂಜೆಯಲ್ಲಿ ...

ಸಮುದ್ರದ ತೀರದಲ್ಲಿ........

ಬೆಳದಿಂಗಳ ಬೆಳಕಲ್ಲಿ ......

ನೆನೆದಿರುವೆ ನಿನ್ನ ಸವಿ ನೆನಪುಗಳು......

ನಾ ಕಂಡೆ ಆ ನೆನಪಿನ ಕನಸುಗಳು......

ಅಲೆಗಳ ಸದ್ದಿನ ಮಧ್ಯದಲ್ಲಿ.......

ಎದೆಯಾಳದ ಮಾತೊಂದು ನೀ ಹೇಳಿದಾಗ ನನ್ನ ಖುಷಿಗೆ
ಕೊನೆಯಿಲ್ಲ.....

ಆ ಖುಷಿ ಕೊಟ್ಟ ನೀನು ಕೊನೆಯಲ್ಲಿ ಉಳಿದಿಲ್ಲ....

ರಭಸದ ಅಲೆಯ ಸದ್ದಿನ ನಡುವೆ.......

ಅವಿತಿಟ್ಟ ನಿನ್ನ ಪ್ರೀತಿಯ ನೆನಪೆಲ್ಲಾ ಕಾಡಿವೆ.......

ಚಂದ್ರನು ಕೂಡ ನನ್ನೊಟ್ಟಿಗೆ ಕಳೆದಿರುವ ಈ ರಾತ್ರಿಯಲ್ಲಿ........

ಕೂಡಿಟ್ಟ ನೆನಪೆಲ್ಲಾ ನೆನೆದಿರುವೆ ನಿನ್ನ ಗುಂಗಲ್ಲಿ........

ನೀನಿಲ್ಲದ ಈ ಕ್ಷಣವೂ ಒಂದು ದುಃಖದ ಕವಿತೆಯಾಗಿದೆ.......

ಆ ಕವಿತೆಯ ಸಾಲು ನಿನ್ನ ನೆನಪಿನ ಊಹೆಗಳಿಂದ ತುಂಬಿದೆ........

ನಿನಗಾಗಿ ನಾ ಕಾದಿರುವೆ ಈ ತೀರದಲ್ಲಿ...

ನನ್ನ ನೆನಪುಗಳೇ ತುಂಬಿವೆ ನೀ ಬರುವ ದಾರಿಯಲ್ಲಿ......

ನೀ ನಡೆವ ಪ್ರತಿ ಹೆಜ್ಜೆಯು ನನ್ನ ಕಣ್ಣೀರಿನಲ್ಲಿ ತುಂಬಿದೆ......

ಆ ಕಣ್ಣೀರಿನ ಪ್ರತಿ ಕಂಬನಿಯು ನೀ ಮತ್ತೆ ಬರುವೆಯೆಂದು ಕಾದಿದೆ.......

❧ ❧ ❧

(8). ಮೋಸದ ಪ್ರೀತಿಯು ತುಂಬಿದ ಈ ಜಗದಲ್ಲಿ......

ಕಲ್ಮಶ ಇಲ್ಲದ ಪ್ರೀತಿಯನ್ನು ಹುಡುಕಲು ಹೊರಟೆ ನಾನಿಲ್ಲಿ.......

ಮುಖವಾಡ ಧರಿಸುವ ಜನರ ಮಧ್ಯದಲ್ಲಿ.....

ಕಣ್ಣಿದ್ದರೂ ಕುರುಡನಾದೆ ಈ ಭೂಮಿಯಲ್ಲಿ...

ನೀ ಬಂದೆ ನನ್ನ ಜೀವನದಲ್ಲಿ......

ಆರಾಧ್ಯ

ಮರೆಯಲಾಗದ ನೋವು ತುಂಬಿದೆ ನನ್ನ ಕಣ್ಣಲ್ಲಿ......
ನೀ ನನ್ನ ಜೊತೆ ಇದ್ದಾಗ ನೋವಿನ ಅರ್ಥ ನನಗೆ ತಿಳಿಯಲಿಲ್ಲ......
ನೀ ಬಿಟ್ಟು ಹೋದ ಮೇಲೆ ನೋವಿನ ಜೀವನ ನನ್ನದಾಯಿತಲ್ಲ.....
ಕಣ್ಣೀರು ಕಾಣದ ನನ್ನ ಕಣ್ಣು.......
ನಿನಗಾಗಿ ಪ್ರತಿ ಕ್ಷಣ ನಾ ಕಾದಿರುವೆನು........
ಕಣ್ಣೀರಿನಲ್ಲೇ ನಿನಗಾಗಿ ನಾ ಕೂಡಿಟ್ಟ ಕನಸುಗಳೆಲ್ಲ ಒಡೆದ
ಕನ್ನಡಿಯಂತಾಗಿದೆ.....
ನಿನ್ನ ನೆನಪಿನ ಕನ್ನಡಿಯ ಚೂರು ನನ್ನೆದೆಯನ್ನು ಚುಚ್ಚುತಿದೆ........
ನಿನಗಾಗಿ ಮುಡಿಪಾಗಿಟ್ಟ ಈ ನನ್ನ ಜನ್ಮವನ್ನು......
ಆದರೆ ಈ ಜನ್ಮದಲ್ಲು ಕೊನೆಯಾಗದ ನೋವನ್ನು ಕೊಟ್ಟೆ ನೀನು.......
ನಿನಗಾಗಿ ಚಿನ್ನದ ಕನಸಿನ ಕೋಣೆಯಾದ ನನ್ನೆದೆ......
ನೀ ಹೋದ ಮೇಲೆ ನಿನ್ನ ನೆನಪುಗಳಿಂದ ತುಂಬಿದೆ.....
ದುಃಖಿಗಳೇ ಇಲ್ಲದ ಕಣ್ಣಲ್ಲಿ......
ದುಃಖದಿಂದ ಕೊನೆಯಾಗಲಿದೆ ನನ್ನ ಸಿರಿಲ್ಲಿ..
ಕಡಲಿಗೆ ಕೊನೆಯಿಲ್ಲ ಎಂದು ನನಗೆ ತಿಳಿದಿಲ್ಲ.....
ಆದರೆ ಕಣ್ಣೀರ ಕಡಲಲ್ಲಿ ನೀ ನನ್ನನ್ನು ಬಿಟ್ಟು ಹೋದೆಯಲ್ಲ.......
ನನ್ನ ರಕ್ತದ ಪ್ರತಿ ಹನಿಯು ನಿನ್ನ ಹೆಸರಿನಿಂದ ತುಂಬಿದೆ....
ನನ್ನೆದೆಯ ಕೊನೆ ಬಡಿತ ನೀ ಬರುವವರೆಗು ನಿನಗಾಗಿ ಕಾದಿದೆ....

❧❧❧

(೯). ಕಥೆಗಳಲ್ಲಿ ದ ಪುಸ್ತಕದಲ್ಲಿ......
ಕದನಗಳಿಲ್ಲದ ಯುದ್ಧದಲ್ಲಿ......
ಅವಿತಿಟ್ಟ ಕೊನೆಯ ಹಾಡೆ ನೀನು......
ಕೊನೆಯಾಗದ ಸಿಹಿ ಕನಸು ನೀನು....
ಮರೆಯಲಾಗದ ಭಾವನೆಯು ನೀನೇ......
ಮೂಡಿಬಂದ ಅನುಬಂಧವು ನೀನೇ.......

ನಿನ್ನ ಜೊತೆ ಸಪ್ತಪದಿ ತುಳಿವ ಆಸೆಯ ನಾ ಕಟ್ಟಿಕೊಂಡೆ........
ನೀ ತುಳಿವ ಆ ಹೆಜ್ಜೆಯಲ್ಲಿ ನಾ ಇಲ್ಲದಂತಾರೆ.......
ನಾ ಕಂಡ ಕನಸಿಗೆ ದಾರಿಯಿಲ್ಲ.......
ಕತ್ತಲಾದ ದಾರಿಯಲ್ಲಿ ನೀ ಬಿಟ್ಟು ಹೋದೆಯಲ್ಲ.....
ನನ್ನ ಕಣ್ಣೇರಿಗೆ ಕಾರಣವಾದವಳೇ........
ಕಾರಣ ಇಲ್ಲದೆ ನನ್ನ ಪ್ರೀತಿಯನ್ನು ಮರೆತವಳೇ.......
ನಾ ನಿನಗಾಗಿ ಬರೆದ ಪ್ರೀತಿಯ ಪುಸ್ತಕದಲ್ಲಿ ಉಳಿದ ನೆನಪಿನ
ಕವನವಿದು.....
ನನ್ನ ಪ್ರೀತಿಗಾಗಿ ನಿನ್ನ ನೆನಪಲ್ಲಿ ಬರೆದ ಕೊನೆಯ ಹಾಳೆ ಇದು ......
ನೀ ಬಿಟ್ಟು ಹೋದ ನನ್ನ ಈ ಜೀವನ......
ಮರೆಯಲಾಗದ ಕಣ್ಣೇರಿನ ಕವನ......
ನಿನ್ನ ಪ್ರೀತಿಗಾಗಿ ಬಡಿದು ಕೊಳ್ಳುವ ಎದೆ ಇನ್ನು ಉಳಿದಿಲ್ಲ........
ನನ್ನ ಕೊನೆ ಎದೆ ಬಡಿತ ನೀನಾದೆಯಲ್ಲ......
ನೀ ಕೊಟ್ಟ ನೆನಪಲ್ಲಿ ಉಸಿರಾಡುತ್ತಿರುವೆ........
ನಿನ್ನ ಉಸಿರಾಗಿ ಸೇರಲು ನಾ ಸಾಯುತ್ತಿರುವೆ....

❧❧❧

(10) .ಕೊನೆಯಾಗದ ಕಣ್ಣೇರಿನ ಕವಿತೆಗಳ ಪುಸ್ತಕದಂತೆ.......
ಕೊನೆಯಿಲ್ಲದ ಕಡಲಲ್ಲಿ ಅಬ್ಬರಿಸುವ ಕಣ್ಣೇರಿನ ಅಲೆಗಳಂತೆ...
ಪ್ರೀತಿ ತುಂಬಿದ ಕಣ್ಣಲ್ಲಿ ಕಣ್ಣೇರ ಬಿಟ್ಟು ಹೋದವಳೇ.......
ಕನ್ನಡಿಯ ಚಿತ್ರದಲ್ಲಿ ಕಣ್ಣೇರಿನ ನೋವನ್ನು ತೋರಿದವಳೇ......
ನಿನಗಾಗಿ ಹುಟ್ಟಿ ಬಂದ ಕವಿ ನಾನು......
ನೀನು ಬಿಟ್ಟು ಹೋದ ಕವಿತೆಯ ಉಳಿದ ಕೊನೆಯ ಸಾಲು ನಾನು.....
ಕಾರಣಗಳಿಲ್ಲದ ನೋವಿಗೆ ಕಾರಣವಾದವಳೇ......
ಕಣ್ಣೇರಿಲ್ಲದ ಕಣ್ಣನ್ನು ಕಣ್ಣೇರ ಕಡಲಾಗಿ ಮಾಡಿದವಳೇ.......
ನಾ ಅಳುವ ಪ್ರತಿ ಸದ್ದು ನಿನ್ನ ನೆನಪಿನಿಂದ ತುಂಬಿದೆ.......
ಆ ನೋವಿನ ಪ್ರತಿ ಕೂಗು ನಿನ್ನ ಹೆಸರ ಕರೆದಿದೆ......

ನನ್ನ ನೋವಿನ ಧ್ವನಿಗೆ ಸ್ವರವಾದವಳೇ.......

ಆ ಸ್ವರದಲ್ಲಿ ಸದಾ ಕಣ್ಣೀರಾಗಿ ಜಾರುವವಳೇ.......

ನನ್ನ ಜೀವನದ ಕೊನೆಯ ಕವಿತೆ ಇದು......

ನನ್ನ ಪ್ರೀತಿಯ ದುಃಖದ ಎದೆ ಬಡಿತವಿದು......

ನಿನ್ನ ಜೊತೆ ಕಳೆದ ಕ್ಷಣಗಳು ಕಣ್ಣಲ್ಲಿ ಕಣ್ಣೀರಾಗಿ ಉಳಿದಿವೆ........

ನಿನ್ನ ನೆನಪುಗಳಲ್ಲಿ ನಿನ್ನ ಊಹೆಗಳಲ್ಲಿ ನನ್ನ ಕೊನೆಯ ಉಸಿರ ನಾ
ಬಿಟ್ಟಿರುವೆ....

❧❧❧

(11).ಕತ್ತಲಾದ ಕಾಡಲ್ಲಿ...

ಸದ್ದಿಲ್ಲದ ಆ ಕಾಡಿನ ಮಧ್ಯದಲ್ಲಿ......

ನಿನ್ನ ನೆನಪಲ್ಲೇ ಬದುಕುತ್ತಿರುವ ಜೀವ ನನ್ನದು........

ನಿನ್ನ ಭಾವನೆಗಳ ಚಿತ್ರದ ಬಂಧ ನನ್ನದು......

ನನ್ನ ಕಣ್ಣ ಕೊನೆಯ ಖುಷಿಯೂ ನೀನೇ......

ನಾ ಕಂಡು ಮರೆತ ದುಃಖವು ನೀನೇ........

ನೀ ಕೊಟ್ಟ ಈ ಬಂಧದ ಬದುಕು.......

ನೀನಿಲ್ಲದೆ ಕತ್ತಲಾಗಿದೆ ಈ ನನ್ನ ಬದುಕು......

ಕಾರಣ ಇಲ್ಲದೆ ಹುಟ್ಟಿದ ಪ್ರೀತಿ ನನ್ನದು.......

ಕಾರಣ ಇಲ್ಲದೆ ಕಳೆದು ಕೊಂಡ ಪ್ರೀತಿ ನನ್ನದು........

ನಿನ್ನ ಕಣ್ಣಿಂದಲೇ ಮೊದಲಾದ ಈ ನನ್ನ ಕವಿತೆಗಳು.......

ನನ್ನ ಕಣ್ಣೀರಿಂದ ಕೊನೆಯಾಗಿವೆ ಅದರ ಸಾಲುಗಳು.......

ಕಣ್ಣುಗಳಿಂದ ಜಗತ್ತನ್ನು ಮರೆಸುವ ಪ್ರೀತಿ ತೋರಿಸದವಳೇ.......

ಆ ಪ್ರೀತಿಯನ್ನು ಕಾಣುವ ಮುನ್ನವೆ ಕಣ್ಮರೆಯಾದವಳೇ.......

ನೀ ಆಡಿದ ಸುಳ್ಳಲ್ಲು ಪ್ರೀತಿಯನ್ನು ಕಂಡ ಪ್ರೇಮಿ ನಾನು........

ಆ ಸುಳ್ಳುಗಳಿಂದಲೇ ಎದೆಯ ಗಾಯ ಮಾಡಿದೆ ನೀನು..

ನಿನ್ನ ಮೇಲೆ ಕಂಡ ಅದ್ಭುತ ಪ್ರೀತಿಯ ಕನಸುಗಳು.........

ಆ ಕನಸುಗಳು ನನಸಾಗದೆ ಸಾಯುತ್ತಿವೆ ಈ ನನ್ನ ಕಣ್ಣುಗಳು......

❧❧❧

(12).ದಿನ ಕಳೆದು ಮುಳುಗುವ ಸೂರ್ಯನಂತೆ..

ಬೆಳಕು ಮರೆಯಾಗಿ ಕವಿದ ಕತ್ತಲಂತೆ.......

ದಾರಿ ಇಲ್ಲದ ದಾರಿಯಲ್ಲಿ......

ಬಿಟ್ಟು ಹೋದೆ ನನ್ನ ನೀ ಅಂತರದಲ್ಲಿ.....

ನೀ ನನ್ನ ಮರೆತ ಈ ಕ್ಷಣಗಳು........

ಮುಳ್ಳಾಗಿ ಚುಚ್ಚುತ್ತಿದೆ ಆ ನಿನ್ನ ಕನಸಿನ ಕಣ್ಣುಗಳು..........

ನಾ ಹುಡುಕುವ ಪ್ರತಿ ಮುಖವು ನೀನೇ........

ನನ್ನ ಹೃದಯದಲ್ಲಿ ಉಳಿದ ಕೊನೆಯ ಮುಖ ಚಿತ್ರವು ನೀನೇ.....

ಸದಾ ನನ್ನ ನೆರಳಂತೆ ಕಾಡುತಿವೆ ನಿನ್ನ ಮಾತುಗಳು........

ಸಾವಿರ ಸದ್ದುಗಳ ಮಧ್ಯದಲ್ಲು ಕೇಳುತಿದೆ ನಿನ್ನ ಧ್ವನಿಯ ಸ್ವರಗಳು......

ಕವಿದ ಕತ್ತಲಲ್ಲು ನಿನ್ನ ನೆನಪು ತುಂಬಿದೆ........

ಆ ನೆನಪುಗಳ ಅರಸಿ ನನ್ನೆಲ್ಲಾ ಕಣ್ಣೀರು ನಿನಗಾಗಿ ಮುಡಿಪಾಗಿದೆ......

ನಿನ್ನನ್ನು ಮರೆಯಲು ನನಗೆ ಕಾರಣಗಳಿಲ್ಲ........

ಕಾರಣಗಳಿಲ್ಲದೆ ನೀ ನನ್ನ ಕಣ್ಣೀರಾದೆಯಲ್ಲ........

ನೀ ಆಡಿದ ಪ್ರತಿ ಮಾತು ಎದೆಯಲ್ಲಿ ಹಚ್ಚೆಯಾಗಿದೆ.......

ನೀ ಹಚ್ಚಿದ ಪ್ರೀತಿಯ ಬಣ್ಣ ಕಣ್ಣೀರಾಗಿ ಹರಿಯುತಿದೆ......

ನೀ ಬರಲೆಂದು ನಿನಗಾಗಿ ಕಾದಿವೆ ನನ್ನ ಕಂಬನಿಗಳು........

ಆ ಕಣ್ಣೀರ ಒರೆಸಲು ನಿನ್ನ ಕೈಗಳಿಗಾಗಿ ಕಾಯುತಿವೆ ನನ್ನ ಈ

ಕಣ್ಣುಗಳು.......

❧❧❧

(13). ಕತ್ತಲು ಕವಿದ ಸಮುದ್ರದ ತೀರದಲ್ಲಿ.......

ಬೆಳಕಿಲ್ಲದ ಆ ಅಲೆಗಳ ಮಧ್ಯದಲ್ಲಿ

ಕಣ್ಣಿಗೆ ಕಾಣದ ಯುದ್ಧದಂತೆ.......

ಅರ್ಥ ತಿಳಿದರು ಉತ್ತರವಿಲ್ಲದೆ ಉಳಿದ ಪ್ರಶ್ನೆಗಳಂತೆ........

ಬಣ್ಣಗಳು ತುಂಬಿದ ಮನಸಲ್ಲಿ ಪ್ರೀತಿಯ ತುಂಬಿದವಳೇ.........
ಆ ಪ್ರೀತಿ ಅರಿವ ಮುನ್ನವೆ ಕಣ್ಣೀರ ಕೊಟ್ಟವಳೇ..........
ಅವಿತಿಟ್ಟ ಕಣ್ಣೀರಿನ ಕನಸಿದು.......
ಕನಸುಗಳ ಹಿಂದೆ ಉಳಿದ ನೋವಿದು.....
ಸಾವಿನ ಕೊನೆವರೆಗು ಕಾಡುವ ನಿನ್ನ ನೆನಪಿನ ಕ್ಷಣಗಳು.......
ಕ್ಷಣ ಕ್ಷಣಕ್ಕು ನೆನಪಾಗಿದೆ ನೀ ಆಡಿದ ಪ್ರೀತಿಯ ಮಾತುಗಳು..
ಎಲ್ಲಿ ಕಂಡರು ಬಿಡದೆ ಕಾಡುತಿವೆ ನಿನ್ನ ಕಣ್ಣುಗಳು......
ಆ ಕಣ್ಣುಗಳಿಗಾಗಿ ಕಾಯುತಿವೆ ನನ್ನ ಕನಸಿನ ಕವನಗಳು.......
ನೀ ಇಲ್ಲದ ನನ್ನ ಕನಸು........
ದಾರಿ ಮರೆತು ಏನು ತಿಳಿಯದೆ ಅಳುವ ಕೂಸು......
ನನ್ನ ಜೀವನದ ಮೊದಲ ಆಸೆಯು ನೀನೇ.......
ಆ ಆಸೆ ಕೊಟ್ಟು ಹೇಳದೆ ಕಣ್ಮರೆಯಾದವಳು ನೀನೇ........
ನೀ ಕೊಟ್ಟ ನೆನಪಲ್ಲೆ ನನ್ನೆದೆಯು ಬಡಿದುಕೊಳ್ಳುತ್ತಿದೆ........
ನಿನ್ನನ್ನು ಮತ್ತೆ ನನ್ನ ಜೀವನದಲ್ಲಿ ಕಾಣಾಲು ನನ್ನ ಕಣುಗಳು
ಹಂಬಲಿಸುತ್ತಿದೆ.......

❧ ❧ ❧

(14) .ಕಣ್ಣಸೆಳೆವ ಅಂದಗಳ ಸಂದೇಶಗಳು ಹರಿವ ಸಮಯದಲ್ಲಿ......
ಪ್ರೀತಿಯ ಸಂದೇಶ ಕಳಿಸುವ ನೀ ಕಣ್ಮರೆಯಾದೆ ಎಲ್ಲಿ.......
ಅರಿಯದ ಎದೆಗೆ ಹತ್ತಿರವಾದವಳೇ.......
ನೀ ಮರೆತರು ನಾ ಮರೆಯಲಾಗದ ನೆನಪ ಕೊಟ್ಟವಳೇ........
ತಿಳಿಯದೆ ಎದೆಗಿಳಿದ ನಿನ್ನ ಪ್ರೀತಿಯ ಮಾತುಗಳು.......
ನನ್ನ ಸದಾ ಕಾಡುತಿವೆ ನೀ ಕಳಿಸಿದ ಸಂದೇಶಗಳು.......
ನನ್ನ ಖುಷಿಯ ಪ್ರತಿ ಕಾರಣದಲ್ಲು ನಿನ್ನ ನಗೆ ಇದೆ.......
ನನ್ನ ನೋವನ್ನು ನಿನ್ನ ನೋವಾಗಿ ಅರಿತ ದೇವತೆ ಹೇಳದೆ
ಕಣ್ಮರೆಯಾದೆ.....
ನನ್ನ ಜೀವದ ಪ್ರತಿ ಅಣು ಅಣುವಿನಲ್ಲು ನಿನ್ನ ಪ್ರೀತಿ ತುಂಬಿದೆ...

ನೀ ಇಲ್ಲದೆ ಈ ಕ್ಷಣಗಳು ನಿನ್ನ ಮೇಲೆ ಬರೆದ ನೆನಪಿನಕವನವಾಗಿದೆ....
ಯಾರ ಪ್ರೀತಿ ಕಂಡರು ನಿನ್ನ ಆರೈಕೆ ನೆನಪಾಗಿದೆ......
ಆ ಆರೈಕೆ ತೋರಿದ ಪ್ರೀತಿಗಾಗಿ ನನ್ನೆದೆಯು ಕಾದಿದೆ......
ಕಣ್ ಸೆಳೆವ ಅಂದ ಕಣ್ಮುಂದೆ ಬಂದರು ನಿನ್ನ ಅಂದವೆ ಕಣ್ಣಲ್ಲಿ
ಕಾಡುತಿದೆ....
ಆ ಕಣ್ಣಿನ ಕಂಬನಿಯು ನಿನ್ನ ಗುಂಗಲ್ಲಿ ನಾ ಕಾಲ ಕಳೆದಿರುವೆನು.......
ನಿನ್ನ ಹಳೆ ಸಂದೇಶಗಳು ಕಂಡು ನಿನ್ನ ಗುಂಗಲ್ಲಿ ನಾ ಕಾಲ
ಕಳೆದಿರುವೆ.....
ನಿನ್ನ ಪ್ರೀತಿಯ ಸಂದೇಶಗಳು ಮತ್ತೆ ಬಂದೆ ಬರುವವು ಎಂದು
ಕಾತುರದಿಂದ ನನ್ನ ಕಣ್ಣುಗಳ ಕಾದಿವೆ.....

3. ಮರುಕಳಿಸಿದ ಪ್ರೀತಿ ನೋವ ತಿಂದ ಹೃದಯಕ್ಕೆ ವರವಾದ ಪ್ರೀತಿ

ಹೊಂಗಿರಣದ ಹೊಂಬಾಳೆಯಲ್ಲಿ ಸೂರ್ಯನಂತೆ ಮಿಂಚುವವಳೇ....

ಕತ್ತಲು ಕವಿದ ಹೃದಯದಲ್ಲಿ ಬೆಳಕಾಗಿ ಬಂದವಳೇ.......

ಪ್ರೀತಿಯ ಹೆಸರಲ್ಲಿ ನೋವ ತಿಂದ ಹೃದಯಕ್ಕೆ

ಕಣ್ಣೀರ ಕಥೆಯಲ್ಲಿ ಕೈ ಹಿಡಿದು ನಿಂತವಳೇ........

ನೆನಪಿನ ಸಾಗರದಲ್ಲಿ....

ನೋವಿನ ಆ ಕಡಲಲ್ಲಿ ಆಸರೆಯಾದವಳೇ......

ಪ್ರೀತಿ ಮರೆತ ಹೃದಯಕ್ಕೆ ಪ್ರೀತಿಯ ತುಂಬಿದವಳೇ.......

ಕಣ್ಣಲೇ ನನ್ನ ದುಃಖವನ್ನು ಅರಿತವಳೇ.........

ದುಃಖಗಳನೆಲ್ಲ ಕಣ್ಣೋಟದಲ್ಲೇ ಮರೆ ಮಾಡಿದವಳೇ......

ಕಣ್ಣೀರಲ್ಲಿ ಖುಷಿಯ ದಾರಿಯಾಗಿ ಕಂಡವಳೇ........

ಆ ದಾರಿಯ ಅಂದದ ಹೆಜ್ಜೆಯಾಗಿ ನನ್ನ ಹೃದಯ ಸೇರಿದವಳೇ......

ಹೇಳಲಾಗದ ಅಂದಗಾತಿಯೋ..........

ಕೇಳದೇ ಬಂದ ದೇವತೆಯೋ.......

ಎಲ್ಲ ಇದ್ದರು ಏಕಾಂಗಿಯಾದ ಜೀವನದಲ್ಲಿ......

ನಾನಿರುವೆ ನಿನ್ನ ಜೀವವಾಗಿ ಎಂದು ಬಂದೆ ನೀನು ಹೃದಯದಲ್ಲಿ......

ಮೌನಿಯಾದ ಹೃದಯಕ್ಕೆ ಮಾತಾಗಿ ನಿಂತವಳೇ........

ಮರೆಯಾದ ಮುಖದಲ್ಲಿ ಖುಷಿಯನ್ನು ತಂದು ಕೊಟ್ಟವಳೇ.........

ಒಡೆದ ಹೃದಯದಲ್ಲಿ ದೇವತೆಯಾಗಿ ಬಂದ ಜೀವ ನೀನು......

ನೀ ಕೊಟ್ಟ ಪ್ರೀತಿಯ ನೆನಪಲ್ಲಿ ನಾ ಬದುಕುವೆನು........

ನಿತೀಶ್ ಪಿ.ಡಿ

ಮುಂದುವರೆಯುವದು.................